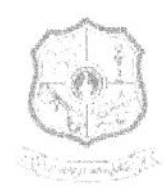

தமிழ்ப் பல்கலைக்கழகம்,
மொழியியல் துறை, தஞ்சாவூர்.
பார்வதீஸ் கலை அறிவியல் கல்லூரி,
தமிழ்த்துறை, திண்டுக்கல்
தி ஸ்டாண்டர்ட் ஃபயர் ஒர்க்ஸ் இராஜரத்தினம் மகளிர் கல்லூரி (த),
தமிழ்த்துறை, சிவகாசி.
.ஜி.டி.என். கலைக்கல்லூரி (த),
கணித்தமிழ்ப் பேரவை, (தமிழ்த்துறை & கணினிப் பயன்பாட்டுத்துறை), திண்டுக்கல்.
சைவபானு சத்திரிய கல்லூரி,
தமிழ்த்துறை, அருப்புக்கோட்டை .
ஓயிஸ்கா, தமிழ்நாடு கிளை
(இந்தியா).
தமிழ் அநிதம்
(அமெரிக்கா)
தமிழ்த் திறவூற்று மென்பொருள் குடும்பம்
(அமெரிக்கா).
பாரதி தமிழ்ச் சங்கம்
(பகரைன்).
நாகூர் தமிழ்ச்சங்கம்,
நாகூர்.
முத்துக்கமலம் மின்னிதழ்.
வல்லமை மின்னிதழ்

Title:	கல்வியியல் மாநாட்டு ஆய்வுக்கோவை 2022தொகுதி – 3
ISBN:	979-8-9881619-9-8
Print ISSN	2767-0597
Subject:	Conference Proceedings
Language:	Tamil English
Authors:	Paper presenters
Edition:	First
Copyright:	Researchers
Fonts	TAU Marutham
Font size :	11,12 &14
Publisher:	Tamilunltd
	10 Maybellecourt
	Mechanicsburg PA 17050

கல்வியியல் மாநாட்டு ஆய்வுக்கோவை 2022தொகுதி - 3

December 28_{th},29_{th} 2022

"கற்பித்தலுக்கான தொழில்நுட்பங்கள்"

பன்னாட்டு மாநாடு

Print ISSN 2767-0597

PRINT ISBN: 979-8-9856875-7-6

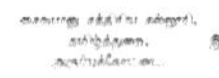
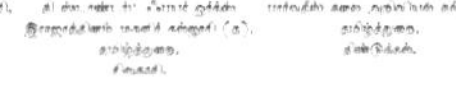
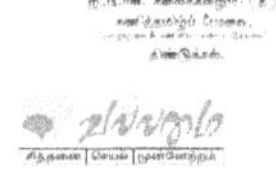

 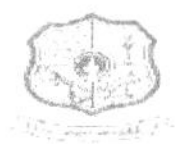       

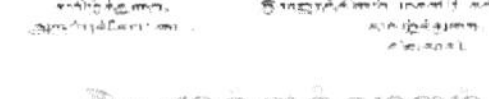   

தமிழ்ப் பல்கலைக்கழகம்,

மொழியியல் துறை, தஞ்சாவூர்.

பார்வதீஸ் கலை அறிவியல் கல்லூரி,

தமிழ்த்துறை, திண்டுக்கல்

தி ஸ்டாண்டர்ட் ஃபயர் ஒர்க்ஸ் இராஜரத்தினம் மகளிர் கல்லூரி (த),

தமிழ்த்துறை, சிவகாசி.

.ஜி.டி.என். கலைக்கல்லூரி (த),

கணித்தமிழ்ப் பேரவை, (தமிழ்த்துறை & கணினிப் பயன்பாட்டுத்துறை), திண்டுக்கல்.

சைவபானு சத்திரிய கல்லூரி,

தமிழ்த்துறை, அருப்புக்கோட்டை .

ஓயிஸ்கா, தமிழ்நாடு கிளை

(இந்தியா).

தமிழ் அநிதம்

(அமெரிக்கா)

தமிழ்த் திறவூற்று மென்பொருள் குடும்பம்

(அமெரிக்கா).

பாரதி தமிழ்ச் சங்கம்

(பகரைன்).

நாகூர் தமிழ்ச்சங்கம்,

நாகூர்.

முத்துக்கமலம் மின்னிதழ்.

வல்லமை மின்னிதழ்.

தமிழ் அநிதம் அறக்கட்டளை

(இந்தியா)

பார்வதீஸ் கலை அறிவியல் கல்லூரி, தமிழ்த்துறை, திண்டுக்கல். 3

முனைவர்.சோ.சுகுமார் 3

தி ஸ்டாண்டர்டு ஃபயர்ஒர்க்ஸ் இராஜரத்தினம் மகளிர் கல்லூரி (தன்னாட்சி), சிவகாசி 4

த. பழனீஸ்வரி 4

ஜி.டி.என். கலைக்கல்லூரி (த) 5

முனைவர்பெ.பாலகுருசாமி 5

முனைவர் ந.முத்துசெல்வன் 6

சைவபானு சத்திரிய கல்லூரி, , அருப்புக்கோட்டை 6

MESSAGE FROM CONFERENCE CHAIR 7

Dr. Venkatesh.K Nadar M.D 7

இன்றைய கல்வித் தொழில்நுட்பம் 8

மு.விஜயலட்சுமி 8

கணினித் தமிழ்ப் பாடத்திட்டங்கள் 15

முனைவர் இரா.குணசீலன் 15

EDUCATION TECHNOLOGY IN CURRENT LIFE USING 22

ARTIFICIAL INTELLIGENCE 22

Dr. M. Senthilkumar, Associate Professor 22

Mrs. V. Lavanya, Assistant Professor 22

Mr. A. Ignatitious Arockiam, Assistant Professor 22

கல்வியும் தகவல் தொழில்நுட்பமும் 27

முனைவர். ச.பத்மா M.A.,M.Phil(Tamil),M.Ed.,M.Phil(Edu), M.A(Soci).,Ph.D(Tamil) 27

EDUCATION 4.0 39

D.BanuPriya MCA,Mphil,B.ed 39

Dr.T.Priya, MCA,Mphil,Ph.d 39

S.Sweetlin Devamanohari Msc., Mphil 39

இணையம் வழித் தமிழ்கல்வி 45

பெ.செங்கோட்டையன் 45

IMPACT OF TECHNOLOGY IN EDUCATION 50

Dr.K. Sounthara Priya, 50

Dr.A.Josephine Stella, 50

Mrs.M. Govindammal, 50

Dr.A.Sathya, 50

கலாச்சாரக் கல்வியில் கணினியும் மொழியும் 56

கு.திலகவதி 56

தி.நா.கிருஷ்ணமூர்த்தி 56

கற்பித்தலுக்கான தொழில் நுட்பங்கள் 63

அப்துல் கையூம் 63

A SURVEY ON EDUCATION THROUGH TECHNOLOGY IN INDIA 69

Ms. M.Varsha, BCA Student 69

Ms. S.Priyadharshini, BCA Student 69

GTN College, Dindigul. 69

பண்பாட்டு மாற்றம் - தேவையும் வரையறையும் 74

கு.ஜெயசித்ரா, 74

E-LEARNING ENGLISH 81

P.Mohamed Ali1 81

Dr.P. Mangayarkarasi 81

Dr.N.Asharudeen 81

A SMART ASSISTANT FOR EDUCATIONAL RESOURCE MANAGEMENT SYSTEM 90

Mrs. P.Muthulakshmi, 90

AUGMENTED REALITY AND ITS EFFECTS ON EDUCATION 99

Ganga devi D 99

மாற்றுத் திறனாளிகளுக்கான கற்றல், கற்பித்தல் தொழில் நுட்பங்கள் 106

திருமதி கு.வளர்மதி, 106

தமிழ் ஆய்வுக் கட்டுரைகளை வெளியிடத் தேவையான தளம் 114

முனைவர் மெய். சித்ரா 114

விரல்களே கண்கள் 121

முனைவர் சி.தேவி 121

சுற்றுசுழலும் தொழில்நுட்பமும் 136

P. Kaliyanantham 136

இயற்கை மருத்துவம் கணினி மையமாகுமா? 149

ப.கனகவள்ளி 149

முனைவர் தே. ராஜசீலி 149

A REVIEW ON THE ASSISTIVE TECHNOLOGIES FOR EDUCATING DISABLED STUDENTS IN THE DIGITAL ERA 156

V. Vanthana 156

நவீன கற்பித்தலும் கூகுள் வகுப்பறையும் 164

திருமதி பெ.ஆனந்தி 164

கற்றல் கற்பித்தலில் விரிவுரைப்பிடிப்பு 171

(LECTURE CAPTURE SYSTEM) 171

திருமதி.மு.பூங்கோதை, 171

SURVEY ON TECHNICAL EDUCATION 179

Evanjalin Indira 179

A SURVEY OF CURRENT RESEARCH TRENDS ON THE USE OF MACHINE LEARNING IN EDUCATION 184

Mr.M.Sulthan Alavudeen1., 184

Mr.N.Ashok Kumar 184

கணினித் தமிழில் செயற்கை நுண்ணறிவு மற்றும் உயிரளவை பாதுகாப்பு அமைப்பு - ஒரு பார்வை 190

முனைவர். மு. தீபமலர், 190

GOOGLE FORMS IN MODERN EDUCATION 200

Ms.R.Murugeswari, 200

RELATIONSHIP BETWEEN UTILISATION OF SMARTPHONE FOR LEARNING AND ACHIEVEMENT IN MATHEMATICS OF B.ED. STUDENT-TEACHERS 206

Dr. F. Deepa, 206

நிகழ்ச்சித் தயாரிப்புக் குழு

EventManagment team

முனைவர் ப.கலைவாணி
முனைவர் பா.பொன்னி
திரு ப.ராஜேஷ்
முனைவர் மா.ரமேஷ் குமார்
திருமதி பொ .சங்கீதா

தன்னார்வலர்கள்

Volunteers

முனைவர். இரா. குணசீலன்
உதவிப்பேராசிரியர், தமிழ்த்துறை
பூ.சா.கோ. கலை அறிவியல் கல்லூரி.
கோயமுத்தூர்.
திரு. பன்னீர்செல்வம் இராசமாணிக்கம்
தரவு ஆய்வளர், தமிழ் ஆர்வலர், PA(USA).
திருமதி மது மயில்வாகனன்
கணினிப் பொறியாளர், சிட்னி (ஆஸ்திரேலியா).
திரு .பா. பிரசன்னா வெங்கடேஷ்
மென்பொருள் பொறியாளர், (USA).

தமிழ்த் தொழில்நுட்ப ஆராய்ச்சி மேம்பாடு

திரு. டேவிட் இராசாமணி USA
திருமதி மது மயில்வாகனன் Australia
திரு.பன்னீர்செல்வம் இராசமாணிக்கம் USA
திரு. பா. பிரசன்ன வெங்கடேஷ் USA
திரு.வல்லம் பசீர் Bahrain
திரு. எஸ். சாஹா மாலிம்

பதிப்பகக்குழுகு

பேரா அ. காமாட்சி
முனைவர் ப. மங்கையற்கரசி
முனைவர் கெ .செல்லத்தாய்
முனைவர் பா.பொன்னி
முனைவர் ப.கலைவாணி
முனைவர் ச.மாசிலா தேவி
கவிஞர் மு. உமா மகேஸ்வரி
முனைவர் அண்ணாகண்ணன்

தொழில்நுட்பக் குழு

Technical team

திரு. டேவிட் இராசாமணி
முனைவர். இரா. குணசீலன்
திருமதி மு.சாந்தமோனா
முனைவர் இரா.தனசுபா

இணையக் குழு

Websitemanagement

திருமதி சுகந்தி நாடார்
முனைவர் இரா. குணசீலன்
முனைவர் த சத்தியராஜ்
திரு. ப . ராஜேஷ்
திருமதி மா.முத்துச்செல்வி
முனைவர் இரா.தனசுபா

நூல் அச்சாக்கக் குழு

Publishing team

முனைவர் கெ .செல்லத்தாய்
முனைவர் பா.பொன்னி
முனைவர் ப.கலைவாணி
திருமதி பொ.சங்கீதா
திருமதி ம .தனலட்சுமி
திருமதி சுகந்தி நாடார்
திரு. ப.ராஜேஷ்
திருமதி இ.ஹேமமாலா
திரு.பே.பாரத்
திரு.G. P. சாமி

கலாச்சாரக் கல்விக் குழு

Cultural team

பேராசிரியர் ஜெ.ஆர்.ஜெயசந்திரன்
திரு. பன்னீர்செல்வம் இராசமாணிக்கம்
திருமதி மா.முத்துச்செல்வி
திரு. தேனி மு. சுப்பிரமணி

ஒருங்கிணைப்புக் குழு

Organizationsபார்வதீஸ் கலை அறிவியல்

கல்லூரி,திண்டுக்கல்

முனைவர் சோ.சுகுமார்
முதல்வர்

தமிழ்த்துறைப் பேராசிரியர்கள்

முனைவர் ப.கலைவாணி
துறைத்தலைவர்

திருமதி இ.ஹேமமாலா+
உதவிப்பேராசிரியர்

திரு பே.பாரத்
உதவிப்பேராசிரியர்

திருமதி ப.கனகவள்ளி
உதவிப்பேராசிரியர்

கவிஞர் மு. உமா மகேஸ்வரி
உதவிப்பேராசிரியர்

தமிழ்ப் பல்கலைக்கழகம், தஞ்சாவூர்.

மொழியியல்துறைப் பேராசிரியர்கள்

ப. மங்கையற்கரசி
துறைத்தலைவர்

முனைவர். மா.ரமேஷ்குமார்
உதவிப் பேராசிரியர்

தி ஸ்டாண்டர்டு ஃபயர்ஒர்க்ஸ் இராஜரத்தினம் மகளிர் கல்லூரி(தன்னாட்சி), சிவகாசி.

முனைவர் த.பழனீஸ்வரி
முதல்வர்

தமிழ்த்துறைப் பேராசிரியர்கள்

முனைவர். பா.பொன்னி
துறைத்தலைவர்

முனைவா் நா.கவிதா,
முதுகலை மற்றும் தமிழாய்வுத்துறை
உதவிப்பேராசிரியா்,

திருமதி பெ.ஆனந்தி,
முதுகலை மற்றும் தமிழாய்வுத்துறை
உதவிப்பேராசிரியர்

ஜி.டி.என்.கலைக்கல்லூரி (தன்னாட்சி)
திண்டுக்கல்.

முனைவர் பெ. பாலகுருசாமி
முதல்வர்

தமிழ்த் துறை & கணினிப்பயன்பாட்டுத்துறை
(கணித் தமிழ்ப் பேரவை)

முனைவர் ச.மாசிலா தேவி
உதவிப்பேராசிரியர் தமிழ்த்துறை

ப. ஆர்த்தி,
உதவி பேராசிரியர் ,
கணினி பயன்பாட்டுத் துறை,

சைவபானு சத்திரிய கல்லூரி, அருப்புக்கோட்டை.

முனைவர் ந . முத்துசெல்வன்
முதல்வர்

தமிழ்த்துறைப் பேராசிரியர்கள்

முனைவர் கெ .செல்லத்தாய்,
துறைத்தலைவர்& இணைப்பேராசிரியர்

தி முனைவர் இரா.தனசுபா
உதவிப்பேராசிரியர்

திருமதி சி.விஜயலட்சுமி
உதவிப்பேராசிரியர்

திருமதி பொ.சங்கீதா
உதவிப்பேராசிரியர்

திருமதி ம.தனலட்சுமி
உதவிப்பேராசிரியர்

திருமதி பெ.காளியானந்தம்
தமிழ்த்துறைத்தலைவர் (சுயநிதி)

தமிழ்நாடு ஓயிஸ்கா

வழக்கறிஞர் திரு .P.G. சந்தோஷ் குமார்
வழக்கறிஞர் சங்கீதா ராஜ்குமார்

பாரதி தமிழ்ச்சங்கம். பஃகரைன்

திரு. வல்லம் பசீர்
துணைத்தலைவர்
இலக்கியச் செயலர்
மென்பொருள் பொறியாளர்

திரு. G. P. சாமி.
பொதுச்செயலாளர்

நாகவூர் தமிழ்ச் சங்கம், நாகவூர்.

பேராசிரியர் ஜெ.ஆர்.ஜெயசந்திரன்
மேனாள் இயக்குநர்,பதிப்பகத்துறை நெறியாளர் ,
தமிழ்ப் பல்கலைக்கழகம்,தஞ்சாவூர்.

திரு. எஸ். சாஹா மாலிம்
பொதுச்செயலாளர்

திரு. M. செய்கு அப்துல் காதர்
தமிழ் ஆய்வாளர்.

வல்லமை மின்னிதழ்

முனைவர். அண்ணாகண்ணன்
ஆசிரியர்.

முத்துக்கமலம் மின்னிதழ்

திரு. தேனி மு. சுப்பிரமணி
ஆசிரியர்.

தமிழ்அநிதம் (அமெரிக்கா).
தமிழ் அநிதம் அற நிறுவனம் (இந்தியா)

திருமதி சுகந்தி நாடார்
நிறுவனர்,

முனைவர் **வி.திருவள்ளுவன்**
துணைவேந்தர்
தமிழ்ப் பல்கலைக்கழகம்
தஞ்சாவூர் - 613 010
தமிழ்நாடு, இந்தியா

அலுவலகம் : 04362-227040
இல்லம் : 04362-226741
கைபேசி : 9443480649
மின் அஞ்சல் : vtvalluvan@gmail.com
tamilunivc@gmail.com
இணையதளம் : www.tamiluniversity.ac.in

வாழ்த்துரை

தமிழ் பல்கலைக் கழக மொழியியல் துறையோடு தமிழ் அநிதம், கணினித் தமிழில் ஆர்வமுள்ள கல்லூரிகள், தமிழ்க் கணினி சார்ந்த நிறுவனங்கள், மின்னிதழ்களின் நிறுவனத்தார் மற்றும் தமிழ் அநிதம் அறக்கட்டளையோடு இணைந்து திண்டுக்கல்லில் உள்ள பார்வதீஸ் கலை அறிவியல் கல்லூரியில் நடத்துகின்ற, "கற்பித்தலுக்கான தொழில்நுட்பங்கள்" என்னும் தலைப்பில் அமைந்த இந்த மூன்றாவது பன்னாட்டுக் கல்வியியல் மாநாடு-2022 மிகச் சிறப்புடன் நடைபெற என்னுடைய நெஞ்சார்ந்த வாழ்த்துக்கள்.

கணினித்தமிழ் வளர்ச்சி பாமர மக்களையும் போய்ச் சேர வேண்டும் என்ற நல் எண்ணத்தோடும் பிற மொழிகளோடு போட்டிபோட்டுக்கொண்டு தமிழ்மொழி கணினித் தொழில்நுட்பத்தில் ஒரு புரட்சியை உண்டாக்க வேண்டும் அடிப்படையில் கணினித் தமிழில் உருவாக்கப்படுகின்ற கருவிகள் அனைத்தும் கல்லூரி பேராசிரியர்களையும் மாணவர்களையும் சென்றடைய வேண்டும் என்ற எண்ணத்தில், தமிழ்நாட்டில் மட்டுமல்லாது கேரளம், புதுச்சேரி போன்ற மாநிலங்களில் உள்ள பல்கலைக்கழகங்களிலும் கல்லூரிகளிலும் கணினியில் தமிழ் வளர வேண்டும் என்ற இலக்கோடு கணினித் தமிழ் சார்ந்த கருத்துப்பட்டறைகளையும் கருத்தரங்குகளையும் மாநாடுகளையும் செவ்வனே நடத்திக் கொண்டிருக்கின்ற தமிழ் அநிதம் நிர்வாகத்தாரை என்னுடைய மனதாரப் பாராட்டுகின்றேன்.

கணினி தொழில்நுட்பத்தில் தமிழின் வளர்ச்சி அபரிமிதமானது என்றுதான் சொல்ல வேண்டும். இருந்தாலும், இன்னும் பல்வேறு கோணங்களில் பார்க்கும்போது, பின்னடைவு உள்ளது என்பதையும் நாம் எற்றுக்கொள்ளாமல் இருக்க முடியாது.

கற்றது கைமண்ணளவு; கல்லாதது உலகளவு

என்ற மூதாட்டியின் வாக்குக்கிணங்க, கணினித் தொழில்நுட்பத்தில் எண்ணிலடங்கா எத்தனையோ கருவிகளை உருவாக்கிய போதிலும், அவை இன்னும் இங்குள்ள தமிழ்ச் சமுதாய மக்களைப்போய் சென்றடையவில்லை என்றே கூற வேண்டும். பெரும்பாலான

கருவிகள் ஒரு பாமரனைப் போய்ச் சேரவில்லை என்றால் அது வியப்பில்லை. ஆனால், உயர்கல்வி நிறுவனங்களில் பணியாற்றும் பேராசிரியப் பெருமக்களையும் மாணவர்களையும் போய்ச் சேராதது என்பது மிகவும் வருந்தத்தக்கது.

மொழி கற்றல் கற்பித்தலில் மிகுந்த கவனம் செலுத்தி, தமிழுக்கென்று பல்வேறு கணினித் தொழில்நுட்பம் சார்ந்த கருவிகள் உருவாக்கப்பட்டுள்ளன. அவற்றை இதுபோன்ற கருத்தரங்குகள், மாநாடுகள் மூலமும் பரப்புரை செய்வதன் மூலமும் தமிழ் மொழியை எளிமையாகக் கற்பிப்பதற்கு வழிவகுக்கலாம். அதற்காக, தமிழ் அநிதம் போன்ற தன்னார்வ நிறுவனம் போன்று மத்திய மாநில அரசுகளும் முயற்சிகளில் ஈடுபட முற்படவேண்டும். அவ்வாறு ஈடுபடுவதன் மூலம் நம்முடைய தமிழ் மொழியின் கற்றல் கற்பித்தலில் உள்ள இடர்ப்பாடு நீங்குவதற்கு வழிவகுக்கும். அதற்கு அரசுகள் மட்டுமன்றி உயர்கல்வி நிறுவனங்களாகிய பல்கலைக்கழகங்களும் அவற்றின் கீழ் இயங்குகின்ற கல்லூரிகளும் முழு ஒத்துழைப்பு நல்கிக் கணினித் தொழில்நுட்பத்தில் எவ்வாறெல்லாம் எளிமையாகத் தமிழைக் கற்பிக்க முடியும் என்ற நோக்கில் மாணவர்களைத் தயார் செய்யவேண்டும். மேலும், பிற நாட்டைச் சேர்ந்த அன்பர்கள் தமிழ் மொழியைக் கற்றுக்கொள்ள விரும்பி வருகின்ற மக்களுக்கும் உதவிக்கரம் நீட்டுவதாக அமையும்.

தொழில்நுட்பம் வழியாகக் கற்பித்தல் என்ற தலைப்பில் நடைபெறுகின்ற இதுபோன்ற மாநாடுகள் இன்னும் பல நடைபெறவேண்டும். இத்தகைய மாநாடுகள் மூலமாகத் தமிழ்ப் பண்பாட்டையும் தமிழ்மொழியில் புதைந்து கிடக்கும் இலக்கண இலக்கியங்களையும் கணினித் தொழில்நுட்பம் மூலமாகக் கற்பிக்கும் முறையை எளிமைப்படுத்தித் தமிழ் மொழியின் சிறப்பை உலகுக்கு எடுத்துச் செல்ல வேண்டும். அதுவே நம் குறிக்கோளாக அமைய வேண்டும்.

இத்தகைய சிறப்பு வாய்ந்த பன்னாட்டு மாநாட்டிற்குக் கட்டுரை வழங்கிய பேராளர்கள், மாநாட்டில் கலந்துகொண்டு சிறப்புரை வழங்க வருகின்ற கணினித்துறை வல்லுநர்கள், பல்வேறு நாடுகளில் இருந்து வந்து நேரடியாகவும் இணைய வழியிலும் உரையாற்ற இருக்கின்ற கணினித் தமிழ் ஆர்வலர்கள் ஆகியோருக்கு என் மனமார்ந்த நன்றி.

மாநாடு மிகச் சிறப்பாக நடைபெறவும், மாநாட்டு மலரில் மலர்ந்துள்ள கட்டுரைகள் உலக மக்களால் பாராட்டுப் பெறப்படவேண்டும் என்று மனமார வாழ்த்துகிறேன்.

19.12.22

(வி. திருவள்ளுவன்)

பார்வதீஸ் கலை அறிவியல் கல்லூரி, தமிழ்த்துறை,

திண்டுக்கல்.

முனைவர்.சோ.சுகுமார்
M.Com.,M.B.A.,M.Phil.,PGDCA.,PGDIM.,Ph.D.,
முதல்வர்,
பார்வதீஸ் கலை அறிவியல் கல்லூ,
திண்டுக்கல்..

அலுவலகம்: 91-7094008880
மின்னஞ்சல்:parvathycollege@gmail.
com
இணைய தளம்::www.pasc.edu.in

வாழ்த்துரை

எமது திண்டுக்கல் பார்வதீஸ் கலை அறிவியல் கல்லூரியானது தமிழ் அநிதம் நிறுவனம் அமெரிக்கா, ஒயிஸ்கா நிறுவனம் உள்ளிட்ட பல்வேறு கல்வி

நிறுவனங்களுடன் இணைந்து மூன்றாவது பன்னாட்டு கல்வியியல் மாநாடு III -2022 "கற்பித்தலுக்கான தொழில்நுட்பங்கள்" எனும் பொருண்மையில்

நடத்துகின்றது. தற்போதைய அறிவியல் தொழில்நுட்ப வளர்ச்சிக்கேற்ப ஆசிரிய சமுதாயத்திற்கும் மாணவ சமுதாயத்திற்கும் இன்றியமையாது தேவைப்படுகின்ற பல்வேறு உத்திகளை கண்டறிந்து வெளிப்படுத்தும் விதமாக அமைவதில் இம்மாநாடு சிறப்புக்குரியதாகின்றது. இம்மாநாட்டில் இடம்பெற்றுள்ள பல்துறை அறிஞர்களின் பல்நோக்குச் சிந்தனைகளுடன் கூடிய கட்டுரைகள் எதிர்காலஇளையதலைமுறையை ஆற்றல்மிக்க இளையசமுதாயமாக மாற்றும் என்பதில்எள்ளளவும் ஐயமில்லை. இம்மாநாட்டுப் பொருண்மைகள் ஆழிசூழ் உலகில்வாழும் தமிழ்கூறுநல்லுலகத்தார்க்குச் சென்றுசேர்ந்து பயன்பெற

வாழ்த்துகின்றேன்

நன்றி

(சோ. சுகுமார்)

தி ஸ்டாண்டர்டு ஃபயர்ஒர்க்ஸ் இராஜரத்தினம் மகளிர் கல்லூரி (தன்னாட்சி), சிவகாசி

த. பழனீஸ்வரி
முதல்வர்
ஸ்டாண்டர்ட் ஃபயர் ஒர்க்ஸ்
ராஜரத்தினம் கல்லூரி

அலுவலகம்: 91 4562-220389
மின்னஞ்சல்:sfrc@sfrcollege.edu.in
இணைய தளம்::www.sfrcollege.edu.in

வாழ்த்துரை

மனிதர்களுடைய வாழ்க்கையில் மாற்றம் என்ற ஒன்றைத் தவிர அனைத்தும் மாற்றம் பெற்று வருவது தவிா்க்க இயலாதது. தேவைகளே கண்டுபிடிப்புகளின் தாய் என்பா். தேவைகளே மனிதனை நாகாிகத்தின் அடுத்த படி நிலைக்கு இட்டுச் செல்லும். அந்த அடிப்படையில் இன்று கணினிக்களமே வாழ்க்கையின் எதிா்காலமாக இருக்கின்றது என்றால் மிகையில்லை.

காற்று வாழ்க்கைக்கு எவ்வளவு முதன்மையானதோ அது போல இன்று கணினியும் மக்களின் வாழ்க்கையில் இன்றியமையாத இடம் வகிக்கின்றது. அறிவியல் வளா்ச்சிக்கு ஏற்ப அன்னைத் தமிழையும் வளா்க்கும் பணியினை தமிழ் அநிதம் மிகச் சிறப்பாக மேற்கொண்டு வருகிறது. இந்தப்பணியில் பல்வேறு நிறுவனங்களையும் , கல்வி நிலையங்களையும் ஒன்றிணைத்து அவா்கள் மேற்கொண்டு வரும் பணி சிறப்பானது.

கணினி வழித் தமிழை மேம்படுத்துவது தொழில்நுட்ப வல்லுநா்களுக்கான பணி மட்டும் அல்ல.அதில் தமிழாசிாியா்களுக்கான பணியும் அதில் இணைந்துள்ளது. கலையும், தொழில்நுட்பமும் இணைந்து செயல்பட்டால் செம்மொழி இன்றும் உலகளாவிய இடத்தில் முதன்மை பெறும். அந்த பணியை மேற்கொள்வதில் மைல்கல்லினைத் தொட ஓயாது பணி செய்து வரும் இந்நிறுவனங்களுக்கு என்னுடைய அன்பான வாழ்த்துகள்.

ஜி.டி.என். கலைக்கல்லூரி (த)

முனைவர்பெ.பாலகுருசாமி
முதல்வர்
ஜி.டி.என். கலைக்கல்லூரி (த),

அலுவலகம்: 07397 793 313
மின்னஞ்சல்:gtncollege@yahoo.co.in
இணைய தளம்::
www.gtnartscollege.ac.in

வாழ்த்துரை

இன்றைய சூழலில் கணினி மற்றும் இணையத்தின் பயன்பாடு மக்கள் மத்தியில் பெரும்பங்கு வகிக்கின்றது. இன்று எல்லாத் துறைகளிலும் நமது அன்றாடப் பணிகளைச் செய்ய கணினியையும் அதன் பல்வேறு வடிவங்களையும் சார்ந்தே செயல்பட வேண்டியுள்ளது. இத்தருணத்தில் தமிழ் அநிதம் (அமெரிக்கா) பல்வேறு அமைப்புகளுடன் இணைந்து 'பன்னாட்டு கல்வியியல்' மாநாட்டினை மூன்றாவது முறையாக 'கற்பித்தலுக்கானத் தொழில்நுட்பங்கள்' என்னும் பொருண்மையில் 28.12.2022 மற்றும் 29.12.2022 ஆகிய நாட்களில் நடத்த திட்டமிட்டுள்ளது மிகவும் வரவேற்கத்தக்கது. இம்மாநாடானது மாணவா;களுக்கு மிகவும் பயனுள்ள வகையில் அமையவிருக்கின்றது. இம்மாநாடு அறிய தகவல்களைப் பெற்று பல்துறை றிவினைப் பெறுவதற்கு பொறதும் உறுதுணையாக அமையும். இம்மாநாட்டின் வழியாக ஆசிரியர்கள் மாணவர்கள் தமிழார்வலர்கள் அனைவரும் இன்றைய கல்வித் தொழில்நுட்பத்தை அறிந்துகொண்டு தமிழ்த் தொழில்நுட்ப ஆராய்ச்சி மேன்மையடைய வழிவகை செய்யவேண்டும். அன்னைத் தமிழை அகிலம் போற்ற அயராது பாடுபடும் தமிழ் அநிதம் (அமெரிக்கா) மென்மேலும் சிறப்படைய பாராட்டுக்களையும் வாழ்த்துக்களையும் தொறவித்துக் கொள்கிறேன்

முதல்வர்
ஜி.டி.என். கலைக்கல்லூரி (த),

சைவபானு சத்திரிய கல்லூரி,, அருப்புக்கோட்டை

முனைவர் ந.முத்துசெல்வன்
முதல்வர்
சைவபானு சத்திரிய கல்லூரி,தமிழ்த்துறை,
அருப்புக்கோட்டை

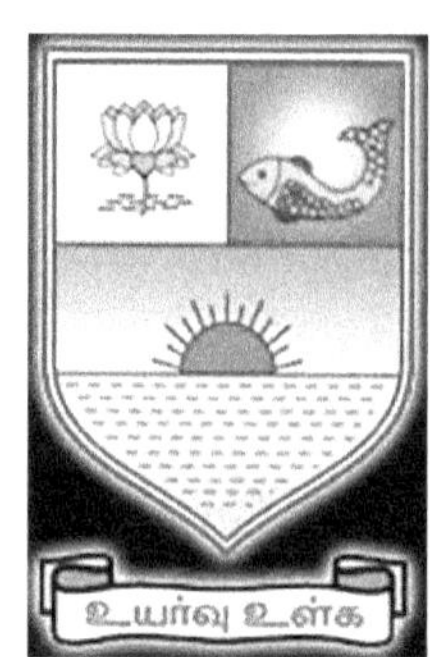

அலுவலகம்: 91 (4566) 220328
மின்னஞ்சல்:sbk_college@yahoo.com
இணைய தளம்::www.sbkcollegeapk.in

வாழ்த்துரை

28.12.2022 ; 29.12.2022 ஆகிய இருநாட்கள் "கல்வியியல் தொழில்நுட்பங்கள்" என்னும் தலைப்பில் நடக்கவிருக்கும் மூன்றாம் கல்வியியல் மாநாடு வெற்றி பெற ஆண்டவன் அருளோடு ஆசை மொழியோடு என் வாழ்த்துக்களை கூறுகின்றேன். மாநாடு சிறக்க மகிழ்வுடன் வாழ்த்துகிறேன். பல்வேறு நிறுவனங்கள் இணைந்து பாங்குடன் நடத்தும் ஓர் இனிய விழா. பன்னிரு உயிராய் , பதினெண் மெய்யாய் விளங்கும் தமிழ்மொழியின் கற்பித்தலுக்கு ஒரு மாநாடு சீரும் சிறப்புடன் நடக்கட்டும். பன்னாட்டு கல்வியியல் மாநாடு. ரோஜா மலரின் அழகுடன், ஊதுபத்தியின் வாசனையுடன், பன்னீரின் நறுமணத்துடன் தமிழ் உறவுகளின் வருகையோடு நடக்கும் மாநாட்டிற்கு வாழ்த்துக்கள் பல. அனைத்து நல் உள்ளங்களுக்கும் மனநிறைவான வாழ்த்துக்கள் நன்றி.

சைவ பானு சத்திரிய கல்லூரி
அருப்புக்கோட்டை.

Message from Conference Chair

Dr. Venkatesh.K Nadar M.D
Tamilunltd
10 Maybelle court
Mechanicsburg PA17050
USA 17050

அலுவலகம் 7178025889
இல்லம்7177283999
மின்னஞ்சல்: Tamilunltd@gmail.com

வாழ்த்துரை

Dear Educators, Researchers and Developers,

With Almighty's grace we all are meeting in person, for this conference, Today The world needs to focus on the sustainability of resources. We all also know that education is the root of the well functioning civic society. Education changes lives. But in this technological dependent society we need and education that changes the society towards sustainability, Educators around the world are looking for resources that help Education is about interdisciplinary , multidisciplinary so we as a community create sustainable resources. So the students and the community around them invest innovative ways for Tomorrow's work force. Tomorrow's workforce will work along side of robots and AI machines as their colleagues. Technology makes us efficient, but cannot and will not replace us. There is a difference between efficient automated task and the work of a human who has a deeper understanding ,knowledge and subject matter experience. It is the need of the hour to have the knowledge and experience in the multidisciplinary level. At the minimum students should have a deeper understanding of multi disciplines. We Tamils have the added task of preserving our culture, language, literary treasures and move forward simultaneously. Hence we are joining hands with educational institutions, social institutions, technological institutions such as, Oisca International Tamil Nadu Chapter, World Tamil Software Open Community, NJ , and great educational institutions such as Tamil University Thanjavur,The Standard Fireworks Rajaratnam College for Women (Autonomous), Sivakasi. Parvathy's Arts and Science College, Dindigul, G.T.N. Arts College, (ASaiva Bhanu Kshatriya College Aruupukottai. Tamil e-magazine sites namely Vallamai and Muthukamalam and Cultural organizations namely Bharathi Tamilsangam Bahrein , Nagore Tamil sangam

So it is a pleasure to chair and international, interdisciplinary conference with this great team. My sincere thanks to all The Tamil Departments and computer departments of respective educational institutions. It is a great honor to host this conference in Parvathy's Arts and Science College. The college administration, Faculty works towards social upliftment of students from the near by villages by providing transformational education experience. Let us put our best foot forward in transforming our techno life in to a purposeful sustainable cultural identity through innovation and cooperation.

Good luck to all!

Best,
VKN

இன்றைய கல்வித் தொழில்நுட்பம்

மு.விஜயலட்சுமி
முழுநேர முனைவர் பட்ட ஆய்வாளர்,
தி ஸ்டாண்டர்டு ஃபயர் ஒர்க்ஸ் இராஜரத்தினம் மகளிர் கல்லூரி, சிவகாசி.
அலைபேசி எண்: 6374942636. மின்னஞ்சல்முகவரி: vijayalakshmisfr@gmail.com

முன்னுரை

பழையன கழிதலும் புதியன புகுதலும் வழுவல கால வகையினானே என்பதை பலரும் உணர்ந்து தொழில்நுட்பங்கள் வழி கற்றும் கற்பித்தும் வருகின்றனர். பசுமரத்தாணி போல் பாடங்களை தெளிவாய் மனதில் பதிய வைப்பதற்கு தொழில்நுட்ப வழிக் கல்வி அவசியமாகிறது. சமூக ஊடகங்களான தொலைக்காட்சி, அலைபேசி, வாட்ஸ்அப், YOUTUBE முதலான சாதனங்கள் கல்வி வளர்ச்சிக்கு பெரிதும் உறுதுணை புரிகின்றன . பாடங்கள் கற்பிப்பதோடு மட்டுமல்லாது மருத்துவம், சமையல், ஆன்மீகம், சோதிடம், கல்வி உதவித்தொகை பற்றிய தகவல்கள் பலவற்றையும் கற்றுத் தருகின்றன. இணையத்தில் இல்லாதவை எதுவும் இல்லை என்கிற அளவிற்கு அறிவியல் வளர்ச்சியடைந்துள்ளது. ஊரோடு ஒத்து வாழ் என்பதற்கேற்ப இன்றைய கல்வியும் தொழில்நுட்பங்களின் துணைகொண்டு கற்றுத்தரப்படுகின்றன. இத்தகைய சிறந்த தொழில்நுட்பங்களைக் கொண்டு எவ்வாறு கல்வி கற்றுத்தரப்படுகின்றன என்பதை பற்றி ஆராய்வதே இக்கட்டுரையின் நோக்கமாகும்.

கல்வித் தொழில்நுட்பம்:

கற்றுத் தருவது கல்வி.

தொழில் + நுட்பம் = தொழில்நுட்பம் . தொழில் செய்யும் பொழுது பயன்படுத்தப்படும் நுட்பமே தொழில்நுட்பமாகும். நுட்பம் என்பதற்கு நுணுக்கமாகச் செய்வது"1 என்று பொருள். தொழில்நுட்பத்தினை ஆங்கிலத்தில் Technology என்பர்.

கணிப்பொறியையும் மின்னணுக் கருவிகளையும் பயன்படுத்தி கற்றுத் தருவதே கல்வித் தொழில் நுட்பமாகும்.

இன்றைய கல்வித் தொழில்நுட்பம்:

தொழில்நுட்பங்களின் வழி எளிய கற்றல் முறை யினைக் கொண்டு வர வேண்டும் என்றெண்ணிய பல அறிஞர்களின் கனவு பலித்து விட்டது. கனவு மெய்ப்பட வேண்டும் என்ற பாரதியின் கூற்றும் உண்மையாகி விட்டது. தொழில்நுட்பங்களைப் பயன்படுத்தி கற்பிக்கும் முறையினை,

- PPT மூலம் கற்றல்
- தொலைக்காட்சி வழி கற்றல்
- YOUTUBE மூலம் கற்றல்
- வலைப்பதிவுகளின் வழி கற்றல்
- இணையதளம் வழி கற்றல்
- அலைபேசி மற்றும் குறுஞ்செயலிகள் வழி கற்றல் முதலான பிரிவுகளாகப் பிரிக்கலாம்.

இவ்வாறான முறைகளைப் பயன்படுத்தி ஆசிரியர்கள் பாடங்களை மாணவர்களுக்கு கற்றுத் தருகின்றனர்.

PPT மூலம் கற்றல்: (POWERPOINT):

கிளைமரப்படங்கள்(mind map), சொல்ல வேண்டிய கருத்துக்களை சுருக்கமாகச் சொல்லுதல், இடைஇடையே பாடம் தொடர்பான காணொளிகள், புகைப்படங்கள் மற்றும் முக்கியமானவற்றிற்கு வண்ணமிட்டுக் காட்டல் என்னும் முறைகளில் PPT –யை அமைக்கலாம். மாணவர்களுக்கு ஆசிரியர்கள் PPT மூலம் பாடப்பொருளை புகட்டி வருகின்றனர். இவ்வாறு PPT அமைத்து சொல்லித் தருவதால் பாடப்பொருளை மாணவா்கள் எளிமையாக புரிந்து கொள்வா். ஆா்வத்தோடு கவனிப்பார்கள். கவனச் சிதறலும் ஏற்படாது. ஆசிரியா்கள் சொல்வது புரியவில்லை என்றாலும் பாடம் தொடா்பான புகைப்படங்களையும் வீடியோக்களையும் பார்த்தே மாணவா்கள் ஆசிரியா்கள் என்ன சொல்ல வருகிறார்கள் என்பதை புரிந்து கொள்வார்கள். வகுப்பறையும் அமைதியாக இருக்கும். ஒருமுறை PPT போட்டு வைத்துக் கொண்டால் போதும். அடுத்தடுத்து வரும் மாணவா்களுக்கு அதை வைத்தே சொல்லிக் கொடுக்கலாம். இதனால் காலமும் நேரமும் விரயமாகாது. வணிகம் (ம) கல்வி சார்ந்த கருத்தரங்குகளில் உரையாற்றுபவா்களும் பயிற்சி பட்டறைகளில் பயிற்சியளிக்கும் பயிற்றுநரும் ஆய்வுக் கருத்தரங்கக் கட்டுரையாளா்கள் எனப் பலரும் PPT வாயிலாகவே தங்கள்

கருத்துக்களை மற்றவருக்கு எளிமையாக புரிய வைக்க முயற்சிக்கின்றனா். மாணவர்களும் இதே போன்று தங்களுக்கு ஒதுக்கப்பட்ட ஒப்படைவுகளையும் வாய்மொழிப் பயிற்சியையும் வழங்கி வருகின்றனர்.

தொலைக்காட்சி வழி கற்றல்:

ஊரடங்கு காலங்களில் மாணவர்களின் நலனை கருத்தில் கொண்டு கல்வி, பொதிகை முதலான தொலைக்காட்சிகளின் வழி பள்ளி மாணவர்களுக்கு பாடங்கள் கற்றுத் தரப்பட்டன. இன்றளவும் கல்வித் தொலைக்காட்சி பாடங்களை நடத்தி வருகிறது. பொதிகை தொலைக்காட்சியும் பாடம் நடத்துவதற்கென குறிப்பிட்ட நேரங்கள் ஒதுக்கி கல்விப் பணியாற்றி வருகின்றன.

YOUTUBE மூலம் கற்றல்:

தேடியவற்றை உடனே கொண்டு வந்து கொடுக்கும் சாதனமாக YOUTUBE விளங்குகிறது. ஆசிரியர்கள் பாடம் கற்பித்துத் தரும் வீடியோக்களை அவர்களே YOUTUBE–ல் பதிவேற்றம் செய்யலாம். இதனால் உலகம் முழுவதிலும் உள்ள மாணவர்கள் பயன்பெற முடியும். YOUTUBE மூலம் அரசு நடத்தும் போட்டித் தேர்வுகள் தொடர்பான மாதிரி வினாக்களையும் அவற்றிற்கான விடைகளையும் படித்து பயன்பெறலாம். மாணவர்கள் தங்கள் பாடம் தொடர்பான சந்தேகங்களுக்கு சரியான விடையளிக்கும் தளமாகவும் YOUTUBE விளங்குகிறது.

தொலைக்காட்சி , YOUTUBE ஒப்புமைகள்:

காட்சியின் ஒளி, ஒலியை பதிவு செய்து ஒன்றாக இணைத்து ஒளிபரப்பும் சாதனமாக தொலைக்காட்சியும் YOUTUBE –யும் விளங்குகிறது.

வ.எண்	தொலைக்காட்சி	YOUTUBE
1.	காட்சிகளை பார்க்கவும் ஒலிகளை கேட்கவும் முடிவதால் எளிதில் மனதில் பதியும்.	காட்சிகளை பார்க்கவும் ஒலிகளை கேட்கும் விதத்திலும் அமைக்கப்படுவதால் எளிதில் மனதில் பதியும்.
2.	ஒளிபரப்பு செய்யப்படும் நேரங்களில் மட்டுமே பாடங்களை கவனிக்க முடியும்.	எப்பொழுது வேண்டுமானாலும் நமக்குத் தேவையானவற்றைத் தேடி படித்துக் கொள்ளலாம். பதிவிறக்கம் செய்து கொண்டு தேவைப்படும் சமயங்களில் பார்த்துக் கொள்ளலாம்.
3.	அலைபேசியின் வாயிலாக மாணவா்கள் தங்கள் ஐயப்பாடுகளை கேட்கலாம்.	மாணவா்கள் தங்கள் ஐயங்களை comment box –ல் பதிவு செய்யலாம்.
4.	தொலைக்காட்சியில் பணிபுரியும் ஆசிரியா் மட்டுமே பாடம் நடத்த இயலும்.	யார் வேண்டுமானாலும் தமக்குத் தெரிந்த பாடங்கள், பாடங்கள் தொடா்பான தகவல்களை பதிவிட முடியும்.

தொலைக்காட்சிக்கும் YOUTUBE –க்குமான ஒப்புமைகளை விளக்குவதாக மேற்கண்ட அட்டவணை அமைகிறது.

அலைபேசி மற்றும் குறுஞ்செயலிகள் வழி கற்றல்:

தெரியாத சொல்லுக்கு பொருளை அறியவும் வார்த்தையை சரியாக உச்சரிக்கவும் அலைபேசியிலுள்ள தேடல் என்னும் பகுதி உதவுகிறது.Google Meet, Google Zoom, Google Classroom முதலான குறுஞ்செயலிகளைப் பயன்படுத்தி ஆசிரியர்கள் மாணவர்களுக்கு பாடம் எடுக்கின்றனர். மாணவர்களை காணொளியில் பார்வையிடவும், அவர்களது வருகையினை பதிவு செய்யவும், YOUTUBE ல் உள்ள பாடம் தொடர்பான வீடியோக்களை பகிரவும், PPT வழி கற்றுத் தருவதற்கும் ஏற்ற களமாக Google Meet, Google Zoom ஆகிய குறுஞ்செயலிகள் உதவுகின்றன. ஆசிரியர் கற்பிப்பதை பதிவு செய்து எப்பொழுது வேண்டுமானாலும் பார்வையிடலாம்.

சில கல்லூரிகளில் ஆய்வுத் தொடர்பான கருத்தரங்குகள் மற்றும் பயிற்சிப் பட்டறைகள் தொடர்பான கூட்டங்கள் மற்றும் இணைய வழிப் பயிற்சி வகுப்புகளும் கூகுள் மீட்டில்

நடத்தப்படுகிறது. வாட்ஸ்அப் மூலம் ஆசிரியர் மாணவர்களுடன் ஒரு குழுவினை உருவாக்கி, பாடம் தொடர்பான தகவல்களை காணொளி மற்றும் ஒலிப் பதிவு செய்து குழுவில் பகிரல், பாடம் தொடர்பான சந்தேகங்களைக் கேட்டுத் தெளிவடைதல், மாணவர்களுடைய ஒப்படைப்புகளைப் பகிரல் போன்றவற்றிற்கு உதவி புரிகிறது.

வலைப்பதிவுகளின் வழி கற்றல்:

வலைப்பதிவை ஆங்கிலத்தில் BLOGSPOT என்பர். வலைப்பதிவுகளில் பல கட்டுரைகள், கவிதைகள் முதலானவை இடம்பெற்றிருக்கும். அவற்றினை படிக்கலாம். நாமும் நமக்கென ஒரு வலைப்பக்கத்தை உருவாக்கி அதில் நம்முடைய கவிதை, கதை முதலான படைப்புகளை வெளியிடலாம். இது மாணவர்களின் படைப்பாக்கத் திறனை ஊக்கப்படுத்துவதாக அமைகிறது.

இணைய தளங்கள் மூலம் கற்றல்:

கற்றல் கற்பித்தலில் அதிகமாக இன்று இணைய தளங்கள் பயன்படுகின்றன. அதில் முதன்மையானது தமிழ் இணைய கல்விக் கழகம். இந்த இணையப் பக்கத்தில் அடிப்படைக் கல்வி முதல் பட்ட மேற்படிப்புக் கல்வி வரை சென்று படித்துக் கொள்ளலாம். ஓலைச்சுவடிகளின் தொகுப்பும் தமிழ் நூல்களின் தொகுப்பும் மின்னணு முறையில் இதில் இடம்பெற்றுள்ளது. தமிழ் மொழியினை எளிமையாய் இத்தளங்கள் கற்றுக் கொடுக்கின்றன.

உலகில் இருக்கும் பல்வேறு நாட்டுக் குழந்தைகள் மற்றும் இந்தியா, இலங்கை போன்ற நாடுகளிலிருந்து புலம்பெயர்ந்த தமிழ்க் குடும்பங்கள் தங்கள் குழந்தைகளுக்குத் தமிழ்க் கற்றுக் கொடுக்க தள்ளாடிய பொழுது பாரி முல்லைக்குத் தேர் கொடுத்தது போல தமிழ் இணையக் கல்விக் கழகம் பல தமிழ்க் குழந்தைகளுக்குத் தமிழ்த்தேர் கொடுத்தது."[2] என்று தமிழ்க் கணினி இணையப் பயன்பாடுகள் என்னும் புத்தகத்தின் ஆசிரியா்கள் குறிப்பிடுவதிலிருந்து தமிழ் இணையக் கல்விக் கழகத்தின் முக்கியத்துவத்தை அறிந்து கொள்ள முடிகிறது.

தொழில்நுட்பக் கல்வி யினால் ஏற்படும் நன்மைகள்:

மாணவர்கள் பாடங்களை எளிமையாக புரிந்து கொள்ளவும் ஆர்வத்தோடு கற்பதற்கும் உதவிபுரிகின்றன. ஆசிரியர்கள் மாணவர்களுக்குப் பாடங்களை காணொளிக் காட்சிகளின் வழி கற்றுத் தருவதால் பசுமரத்தாணி போல் நினைவில் நிற்கும். மாணவர்கள் வீட்டிலிருந்த படியே பல அரிய தகவல்களைத் தெரிந்து கொள்வதற்கு YOUTUBE போன்ற சாதனங்கள் பல பேருதவி புரிகின்றன. அரசு நடத்தும் போட்டித் தேர்வுகளில் தயக்கமும் பயமும் இன்றி கலந்து கொள்வதற்கான பயிற்சிகளை இணையதளங்கள் நமக்குத் தருகிறது.

மாணவர்கள் ஊடகங்களை எவ்வாறு பயன்படுத்த வேண்டும் என்ற அடிப்படை அறிவினை இத்தொழில்நுட்பக் கல்வி வழங்குகிறது. நன்மை இருக்கும் இடங்களில் தீமையும் இருக்கும். தொழில்நுட்பக் கருவிகளை மாணவர்கள் நன்முறையில் பயன்படுத்தும் பட்சத்தில் நல்லதோர் எதிர்காலம் அமையும்.

முடிவுரை:

கணிப்பொறியையும் மின்னணுக் கருவிகளையும் பயன்படுத்தி கற்றுத் தருவதே கல்வித்தொழில்நுட்பம் ஆகும். அதீத பக்கங்கள் கொண்ட (ம) கடினமான பாடங்களையும் எளிமையாக புரிய வைக்க ppt உதவுகிறது. அடிப்படைக் கல்வி முதல் பட்டப்படிப்பு வரை சென்று படித்துக் கொள்ள இணையதளம் பயன்படுகிறது. எந்த நேரத்திலும் எப்பொழுது வேண்டுமானாலும் தேவையானவற்றைத் தேடி பெற்றுக் கொள்ளும் தளமாக YOUTUBE விளங்குகிறது. மாணவா்களின் படைப்பாக்கத் திறனை ஊக்கப்படுத்த வலைப்பதிவுகள் பேருதவி புரிகின்றன. ஊரடங்கு காலம் முடிந்த பிறகும் பாடங்களை எளிமையாக புரியும் படி மாணவா்களுக்கு கற்றுக் கொடுத்துக் கொண்டிருக்கும் கல்வித் தொலைக்காட்சியின் பணி அளப்பற்கரியது. இன்றைய கல்வித் தொழில்நுட்பத்தில் YOUTUBE, தொலைக்காட்சி, இணையதளம், வாட்ஸ்அப், வலைப்பதிவு, அலைபேசி மற்றும் குறுஞ்செயலிகள் போன்ற சாதனங்கள் பயன்படுத்தப்பட்டு வருகின்றன என்பதை இக்கட்டுரையின் வழி அறிய முடிகிறது.

சான்றெண் விளக்கம்

https://ta.m.wikipedia.org

முனைவர் த.துரைமணிகண்டன், த.வானதி– தமிழ்க் கணினி இணையப் பயன்பாடுகள்– ப–236.கமலினி பதிப்பகம், கச்சமங்கலம் அஞ்சல் தோகூர் வழி,தஞ்சாவூர். முதற்பதிப்பு – டிசம்பர் 2012.

கணினித் தமிழ்ப் பாடத்திட்டங்கள்

முனைவர் இரா.குணசீலன்
தமிழ் இணைப்பேராசிரியர்,
பி.எஸ்.ஜி கலை அறிவியல் கல்லூரி, கோயம்புத்தூர் –14
gunathamizh@gmail.com, 9894829151

ஆய்வுச்சுருக்கம்

கணினி நுட்பங்களைத் தமிழில் கற்கும் வாய்ப்பு இன்று உருவாகியுள்ளது. பள்ளி, கல்லூரி, பல்கலைக்கழகங்கள் மட்டுமின்றி இணையவழியாகவும் கணினி நுட்பங்களைக் கற்றுக்கொள்ளமுடிகிறது. கணினி நுட்பங்களைக் கற்பித்தலிலும் கற்பதிலும் பல சிக்கல்கள் உள்ளன. சரியான கணினித் தமிழ்ப்பாடத்திட்ட வடிவமைப்பு அந்த சிக்கல்களுக்கான சரியான தீர்வுகளாக அமையும். பெரும்பாலான கணினித்தமிழ்ப் பாடத்திட்டங்கள் கணினி வரலாறு, அறிமுகம், என்ற அடிப்படையிலேயே உள்ளன. இக்கட்டுரையானது இதுவரை பயன்பாட்டிலுள்ள பல்வேறு கணினித்தமிழ்ப் பாடத்திட்டங்களை வகைப்படுத்தல், அவற்றுக்கான பாடநூல்கள், பார்வை நூல்களை மதிப்பாய்வு செய்தல், கற்பித்தல் அணுகுமுறைகளை ஆராய்வதுடன், வேலைவாய்ப்பு மற்றும் தமிழ் மொழி வளர்ச்சிக்கேற்ற சரியான பாடத்திட்டத்தை வடிவமைப்பதற்கான வழிமுறைகளை எடுத்துரைப்பதாக அமைகிறது.

Abstract

An opportunity to learn computer techniques in Tamil has emerged today. Computer techniques can be learned not only in schools, colleges and universities but also online. There are many problems in teaching and learning computer techniques. A proper computerized Tamil curriculum design can be the right solutions to those problems. Most computer Tamil syllabus is based on computer history, introduction, etc. This article categorizes the various Computer Tamil Curriculums in use so far, reviews their textbooks, reference books, examines the teaching approaches and suggests ways to design an appropriate curriculum for employment and Tamil language development.

குறிச்சொற்கள்

கணினித் தமிழ், பாடத்திட்டம், Computer Tamil Syllabus, Computer Tamil Books,

முன்னுரை

கணினி நுட்பங்களைத் தமிழில் கற்கும் வாய்ப்பு இன்று உருவாகியுள்ளது. பள்ளி, கல்லூரி, பல்கலைக்கழகங்கள் மட்டுமின்றி இணையவழியாகவும் கணினி நுட்பங்களைக் கற்றுக்கொள்ளமுடிகிறது. கணினி நுட்பங்களைக் கற்பித்தலிலும் கற்பதிலும் பல சிக்கல்கள் உள்ளன. சரியான கணினித் தமிழ்ப்பாடத்திட்ட வடிவமைப்பு அந்த சிக்கல்களுக்கான சரியான தீர்வாக அமையும். பெரும்பாலான கணினித்தமிழ்ப் பாடத்திட்டங்கள் கணினி வரலாறு, அறிமுகம், என்ற அடிப்படையிலேயே உள்ளன. இக்கட்டுரையானது இதுவரை பயன்பாட்டிலுள்ள பல்வேறு கணினித்தமிழ்ப் பாடத்திட்டங்களை வகைப்படுத்தல், அவற்றுக்கான பாடநூல்கள், பார்வை

நூல்களை மதிப்பாய்வு செய்தல், கற்பித்தல் அணுகுமுறைகளை ஆராய்வதுடன், வேலைவாய்ப்பு மற்றும் தமிழ் மொழி வளர்ச்சிக்கேற்ற சரியான பாடத்திட்டத்தை வடிவமைப்பதற்கான வழிமுறைகளை எடுத்துரைப்பதாக அமைகிறது.

பள்ளிகளில் கணினி அறிவியல் பாடத்திட்டம்

தமிழக அரசின் பாடத்திட்டத்தில் பதினொன்று மற்றும் பன்னிரண்டாம் வகுப்புப் பயிலும் மாணவர்களுக்கான கணினி அறிவியல் பாடம் தமிழில் வழங்கப்பட்டுள்ளது. பதினொன்றாம் வகுப்புக் கணினி அறிவியல் பாடத்தில், கணினி அறிமுகம், விண்டோசு, சி மொழி அறிமுகம், கணிப்பொறி நன்னெறி மற்றும் இணையப் பாதுகாப்பு, கணிப்பொறியில் தமிழ் ஆகிய நுட்பங்கள் பயிற்றுவிக்கப்படுகின்றன.

பன்னிரண்டாம் வகுப்புக் கணினி அறிவியல் பாடத்தில், தரவு, பைத்தான், நிரலாக்கம், தரவுத்தளத்தை உருவாக்குதல் ஆகிய நுட்பங்கள் கற்பிக்கப்படுகின்றன. இப்பாடங்களில் பயன்படுத்தப்படும் கலைச்சொற்களுக்கென கலைச்சொல் அகராதிகள் இணைக்கப்பட்டுள்ளன. மேலும் பயிற்சிப்பட்டறைகளும் வழங்கப்படுகின்றன. மேலும் கியு.ஆர் கோட் என அழைக்கப்படும் விரைவு எதிர்வினைக் குறியீடுகள் வழியாக தொடர்புடைய பாடங்களை மாணவர்கள் எளிதில் புரிந்துகொள்ளும் விதமாக கணினிப் பாடங்களைத் தமிழில் வடிவமைத்துள்ளனர்.

பல்கலைக்கழகங்களில் கணினித் தமிழ்ப் பாடத்திட்டம்

தமிழகத்தில் உள்ள பல்வேறு பல்கலைக்கழகங்களிலும் கணினி அறிவியல் தமிழ் பயிலும் மாணவர்களுக்குப் பாடமாக்கப்பட்டு வருகிறது. தமிழ் மாணவர்களுக்கான வேலைவாய்ப்புக்காகக் கற்பிக்கப்பட்டு வந்த இதழியல் மற்றும் ஊடகவியல் பாடங்களுடன் கூடுதலாகவும், கணினித் தமிழ் என்ற நிலையில் தனியாகவும் பாடங்கள் வடிவமைக்கப்பட்டு வருகின்றன.

பாரதிதாசன் பல்கலைக்கழகத்தில் 2016 – 2017 கல்வி ஆண்டில், முதல் பருவத்தில் ஊடகவியல் பாடம் இடம்பெற்றுள்ளது. அதில் கணினி, இணையம், மின்னஞ்சல், வலைப்பதிவு குறித்த செய்திகள் இடம்பெற்றுள்ளன. ஊடகவியல் சார்ந்த தமிழ்ப் பாடநூல்களுடன் தொடர்புடைய இணையதளங்களையும் பார்வைக்காக வழங்கியுள்ளனர். (பாரதிதாசன் பல்கலைக்கழகம்,2022).

சென்னைப் பல்கலைக்கழகத்தில் 2010–2011 கல்வி ஆண்டில் இளங்கலை தமிழ் பயிலும் மாணவர்களுக்கான பாடத்தில் ஆறாவது பருவத்தில் அடிப்படைக் கணினியியல் பாடமாக உள்ளது. இதில் கணினி தோற்றம், வளர்ச்சி, வரலாறு, இணையம், மின்னஞ்சல் பயன்பாடு ஆகிய செய்திகள் இடம்பெறுகின்றன. (சென்னைப் பல்கலைக்கழகம்,2022)

திருவள்ளுவர் பல்கலைக்கழகத்தில் 2012–2013 கல்வி ஆண்டில் இளங்கலை தமிழ் பயிலும் மாணவர்களுக்கு இணையம் பாடமாக உள்ளது. இதில் இணையம் அறிமுகம், வளர்ச்சி, கற்றல் கற்பித்தலில் இணையம், மின்னஞ்சல், எழுத்துரு வளர்ச்சி குறித்த செய்திகள் இடம்பெறுகின்றன. இப்பல்கலைக்கழகத்தில் முதுகலை தமிழ் பயிலும் மாணவர்களுக்காக 2012–2013 கல்வி ஆண்டில், தமிழுக்குக் கணினியின் பயன்பாடுகள் பாடமாக உள்ளது. இதில் கணினி அறிமுகம் வரலாறு, நிரலாக்கம், இயந்திர மொழி, மென்பொருள்கள், வன்பொருள்கள் பல்லூடகம், இணையம், கணினி மொழியியல், இயந்திர மொழிபெயர்ப்பு, கணினி அகராதியியல், எழுத்துணரியாக்கம், செயற்கை நுண்ணறிவுத்திறன் என கணினி நுட்பங்கள் உட்பிரிவுகளாக உள்ளன. இப்பாடத்திட்டத்திற்கு 22 நூல்கள் பார்வை நூல்களாக உள்ளன. இவை 1999 முதல் 2006 வரை எழுதப்பட்டவை என்பது குறிப்பிடத்தக்கது (திருவள்ளுவர் பல்கலைக்கழகம்,2022).

மனோன்மணீயம் சுந்தரனார் பல்கலைக்கழகத்தில் 2016–2017 கல்வி ஆண்டில் இளங்கலை தமிழ் பயிலும் மாணவர்களுக்கான நான்காம் பருவத்தில் ஊடகவியல் பாடத்தின் ஒரு அலகாக

கணினி, இணையம், மின்னஞ்சல் குறித்த செய்திகள் இடம்பெற்றுள்ளன. (மனோன்மணீயம் சுந்தரனார் பல்கலைக்கழகம்,2022)

பாரதியார் பல்கலைக்கழகத்தின் முதுகலை தமிழ் பயிலும் மாணவர்களுக்கான 2022–2023 கல்வி ஆண்டுக்கான பாடத்திட்டத்தில் கணிப்பொறி அடிப்படைகள் செய்முறைத்தாள் இடம்பெற்றுள்ளது. மேலும் தகவல் தொடர்பியல் பாடத்தின் இரு அலகுகளிலும் கணினி மற்றும் சமூகத் தளங்கள் பற்றிய செய்திகள் உள்ளன.(பாரதியார் பல்கலைக்கழகம் ,2022)

தெரசா பல்கலைக்கழகத்தின் இளங்கலை தமிழ் பயிலும் மாணவர்களுக்கு 2021–2022 கல்வி ஆண்டில் நான்காம் பருவத்தில் **மேம்பட்ட கணினித் தமிழ்** பாடமும் இடம்பெற்றுள்ளது. ஐந்தாம் பருவத்தில் **மொழியியல் மற்றும் கணினி மொழியியல்** அறிமுகம் பாடமும் **இணையத்தமிழ் இலக்கியம்** பாடமும் இடம்பெறுகிறது. ஆறாம் பருத்தில் **தமிழ்க் கலைச்சொல்லாக்க நெறிகள்** ஒரு பாடமாகவுள்ளது. இப்பல்கலைக்கழகத்தில் முதுகலை தமிழ் பயிலும் மாணவர்களுக்கு, **தமிழ்க் கணினி இணையப் பயன்பாடுகள்** பாடம் முதல் பருவத்தில் இடம்பெறுகிறது. இரண்டாம் பருவத்தில் **மேம்பட்ட கணினித் தமிழ் மற்றும் தமிழ்த் தரவக உருவாக்கம்** பாடமாக உள்ளது.(தெரசா பல்கலைக்கழகம்,2022)

தன்னாட்சிக் கல்லூரிகளில் கணினித் தமிழ்ப் பாடத்திட்டம்

இலயோலா கல்லூரியில் 2016–2017 கல்வி ஆண்டில் ஐந்தாம் பருவத்தில் ஊடகத்தமிழின் ஒரு பிரிவாக கணினி அறிமுகம், வன்பொருள், மென்பொருள், கணினி நிரலாக்கம், குறுவட்டுகள் குறித்த செய்திகள் இடம்பெற்றுள்ளன.(இலயோலா கல்லூரி,(2022)

அமெரிக்கன் கல்லூரியின் 2019–2020 கல்வி ஆண்டில் இளங்கலை தமிழ் பயிலும் மாணவர்களுக்கான மூன்றாம் பருவத்தில் புதிய ஊடகங்களும் தமிழும் என்ற பாடம் இடம்பெற்றுள்ளது. இதில் கணினி இணையம், சமூகத்தளங்கள் குறித்த செய்திகள் பாடமாக்கப்பட்டுள்ளன. (அமெரிக்கன் கல்லூரி(2022)

மேலும் பல்வேறு தன்னாட்சிக் கல்லூரிகளிலும் கணினி, இணையம், மின் உள்ளடக்கங்கள் சார்ந்த பாடங்களை முழு பாடமாகவும், இதழியல், ஊடகவியல், தகவல் தொடர்பியல் பாடங்களுடன் ஓரிரு அலகுகளாகவும் கட்டமைத்துள்ளனர். சில கல்லூரிகளில் சான்றிதழ் படிப்பாகவும் கணினி நுட்பங்கள் பயிற்றுவிக்கப்படுகின்றன.

பாடநூல்களும் பார்வைநூல்களும்

தமிழ் சார்ந்த பாடங்களுக்கு 50க்கும் மேற்பட்ட தமிழ் வழி எழுதப்பட்ட கணினித்தமிழ் நூல்கள் பாடநூல்களாகவும் பார்வை நூல்களாகவும் உள்ளன. சில பல்கலைக்கழகங்கள் தொடர்புடைய இணையதளங்களைப் பார்வைக்கான தளங்களாக வழங்கியுள்ளன. 1999 முதல் 2020 வரை திரு.மா.ஆண்டோபீட்டர், முனைவர்.மு.இளங்கோவன், முனைவர் க.துரையரசன் முனைவர் துரை மணிகண்டன், திரு. வீரநாதன், முனைவர்.இல.சுந்தரம், ஆகியோர் நூல்கள் அவற்றுள் குறிப்பிடத்தகன. சமகால நுட்பங்களைப் பேசும் கணினித்தமிழ் நூல்கள் மேலும் எழுதப்படுதல் வேண்டும்.

தமிழ் மாணவர்களுக்கான கணினிப் பாடத்திட்டம்

இளங்கலை தமிழ் மற்றும் முதுகலை தமிழ் பயிலும் மாணவர்களுக்கான பாடத்திட்டங்கள் தமிழ்த்தட்டச்சு முதல் கணினி நிரலாக்கம் வரையிலான நுட்பங்களை உள்ளடக்கியதாக இருத்தல் வேண்டும். இக்கணினிப் பாடத்தை வகுப்பறைக் கற்பித்தலில் மட்டும் நடத்தாமல் கணினி ஆய்வகங்களில் செயல்முறை வகுப்பாகவும் நடத்துதல் வேண்டும். கணினித் தமிழ்ப் பாடநூல்கள் தேவையான கூடுதல் விளக்கங்களை விரைவு எதிர்வினைக் குறியீடுகளாக வழங்குதல் காலத்தின் தேவையாகிறது. கணினித்தமிழ்ப் பாடத்திட்டம் அவர்களின் வேலைவாய்ப்புக்கு உதவுவதாகவும் மொழிக்கு வளம்சேர்க்கும் வகையிலும் கட்டமைக்கப்படவேண்டும்.

நிறைவுரை:

பள்ளி, கல்லூரி, பல்கலைக்கழகம் என வடிவமைக்கப்படும் பாடத்திட்டங்களுக்கு இடையில் பெரிதும் தொடர்பு இல்லை. கட்டற்ற வளங்கள் பற்றி பாடத்திட்டத்தில் முக்கியத்துவம்

வழங்கப்படுவதில்லை.கணினித்தமிழ் வகுப்புகள் அறிமுகம் வரலாறு என்ற அடிப்படையிலேயே உள்ளன. ஆய்வக செயல்முறை வகுப்புகளாக பெரிதும் வழங்கப்படுவதில்லை.பாடநூல்களும் பார்வை நூல்களும் சமகால தொழில்நுட்பங்களுக்கேற்பத் தேர்வு செய்யப்படுதல் வேண்டும்.கணினியின் தோற்றம், வரலாறு என்ற பொதுவான அறிமுகப் பாடங்களைத் தவிர்த்து தமிழ் மொழிக்கேற்ற நுட்பங்களைப் பயிற்றுவிப்பதுடன் வேலைவாய்ப்பை வழங்கும் கணினிநுட்பங்களைப் பாடத்திட்டங்களாக்குதல் வேண்டும். தமிழ்த் தட்டச்சு, வலைப்பதிவு, வலையொளி, ஆட்சென்சு, வரைகலை நுட்பம், மின்னூல் உருவாக்கம், மின் ஊடகங்களில் தமிழ்ப் பயன்பாடு, நிரலாக்கம், கலைச்சொல்லாக்கம், அகராதியியல், கணினி மொழியியல், கணினி மொழிபெயர்ப்பியல், மென்பொருள் உருவாக்கம், விக்கிப்பீடியா, கோரா, குறுஞ்செயலி உருவாக்கம், செயற்கை நுண்ணறிவு, இயற்கைமொழி ஆய்வு என தொலைநோக்கு சிந்தனையுடன் பாடங்கள் வடிவமைத்தல் வேண்டும்.

இணையப் பாதுகாப்பு, காப்புரிமம், அறிவுசார் சொத்துரிமம், மென்பொருள் உரிமங்கள் பற்றிய விழிப்புணர்வு ஏற்படுத்தும் வகையில் பாடத்திட்டங்கள் கட்டமைக்கவேண்டும் .எழுதும் எழுத்தாளர்களாக மாணவர்களை உருவாக்குவதுடன் நம்பகத்தன்மையுள்ள செய்திகளை எழுதும் நுட்பத்தையும் கற்பித்தல்வேண்டும். தமிழ் இணையக் கல்விக்கழகம் சமகால நுட்பகளுக்கேற்ப பாடங்களை வழங்கினால் கணித்தமிழ் வளர்ச்சி க்குப் பேருதவியாக அமையும்.

சான்றெண் விளக்கம்

1. பாரதிதாசன் பல்கலைக்கழகம்(2022, 12 02).: https://www.bdu.ac.in/academics/syllabi.php

சென்னைப் பல்கலைக்கழகம் (2022, 12 02https://www.unom.ac.in/index.php?route=colleges/syllabus

திருவள்ளுவர் பல்கலைக்கழகம்(2022, 12 03). https://www.tvu.edu.in/links/regulations-and-syllabus/

மனோன்மணீயம் சுந்தரனார் பல்கலைக்கழகம்(2022, 11 25). https://www.msuniv.ac.in/Academic/Revised-Syllabus-Affiliated-Colleges

பாரதியார் பல்கலைக்கழகம் (2022, 11 25). https://b-u.ac.in/syllabus

தெரசா பல்கலைக்கழகம் (2022, 12 02). https://www.motherteresawomenuniv.ac.in/syllabus%20new.html

இலயோலா கல்லூரி,(2022, 11 20).https://www.loyolacollege.edu/UgRestructuredSyllabusJune2016/Tamil.pdf

அமெரிக்கன் கல்லூரி (2022, 11 22 https://americancollege.edu.in/departments-2/language-and-literature/tamil-2

Education Technology in Current Life Using Artificial Intelligence

Education Technology in Current Life Using

Artificial Intelligence

Dr. M. Senthilkumar, Associate Professor
Mrs. V. Lavanya, Assistant Professor
Mr. A. Ignatitious Arockiam, Assistant Professor
GTN College, Dindigul.

ABSTRACT

India has the potential to implement new technology that can completely change the way school and university students learn in the classroom. Artificial intelligence could be implemented in India to help students learn better using AI. This will improve the student's education, based on how they understand the subject material, and it will make sure that they can do extremely well. Applying artificial intelligence for checking and involvement on the devices, tabs, and laptops in the classroom that can match up and respond to the specific levels of the student. In this paper, we will discuss the measurement and advancement of education technology to establish the Industry Revolution.

Keywords: *Artificial Intelligence, Industry Revolution, measurement*

Introduction

Artificial intelligence could improve education, support instructors, and foster more effective individualized learning. This prospect is both thrilling and a little intimidating. One must first get past science–fiction fantasies that computers and robots will teach our children, replace teachers, and remove the human aspect from what is basically a human activity before one can even have a meaningful conversation about AI in education. The use of artificial intelligence in education is beneficial in some ways, but we must be extremely vigilant in monitoring its development and its overall role in our world, according to the article benefits of artificial intelligence in education, which is careful to explore both the benefits and potential drawbacks.

The following are two crucial proposals for the future. We must incorporate ethics into the reasoning behind the creation of each new piece of AI–enabled technology. To properly comprehend that piece of technology's behavior and ensure that it is not going against our (human) moral compass, we need to monitor, check, and police the results it produces. There is general agreement that the influence of AI has a benefit–risk duality for learning and education. Policymakers must weigh the advantages and disadvantages of AI to reimagine education institutions for the AI future.

Review of Literature

Artificial intelligence is one of the most prominent modern applications of information systems as a field of modern knowledge that is interested in studying and understanding the nature of human intelligence and its simulations to create a new generation of smart computers that can be programmed to accomplish many of the tasks that need a high ability of inference, deduction, and perception, which are qualities that people enjoy It is included in the list of smart behaviors[1].

Artificial intelligence applications are important in the fields of life, but they are more important for educational institutions and universities, which represent a great necessity that cannot be dispensed with, as universities today are no longer limited to education, but rather have become an essential part of the system of sustainable development in societies, as it stresses. The mission of universities today exceeded the traditional function of preserving heritage, identity, and education. Rather, universities today are required to keep pace with technological development through the creation of new methods of education and teaching[2].

Artificial intelligence (AI) is any task performed by a program or machine, which otherwise human needs to apply intelligence to accomplish it. AI is the simulation of human intelligence processes by machines, especially computer systems. This includes learning, reasoning, planning, self–correction, problem–solving, knowledge representation, perception, motion, manipulation, and creativity. It is a science and a set of computational techniques that are inspired by the way in which human beings use their nervous system and their body to feel, learn, reason, and act[3].

The mechanics must be explained here and then the experience. The student would first interact with the system and input their interests, performance in studies to date, and work experience, amongst other information. The intelligent system would then be able to provide a listing of the programs that the student is eligible for at the institute. If this system is utilized by more than one institution, programs across institutions might be suggested to the student as well[4].

Artificial Intelligence for Tamil in Education Technology

The Tamil Nadu government of school education is introducing artificial intelligence as a topic in high school. All state–run schools in Tamil Nadu will now offer AI as a topic in Classes VI through IX. To assist in developing an in–depth AI course, the department will collaborate with industry leaders in technology like Microsoft or Google. The push for AI education has also increased the demand for instructors who understand cutting–edge ideas like big data, robots, and the Internet of Things. The CBSE declared at the start of the school year that it would add AI as a topic for students in Classes VIII, IX, and X.

The Tamil Nadu government is prepared to deploy the newest AI–based solutions for smart governance, ranging from IoT–based automatic smart street monitoring to face recognition–based attendance marking in government schools. Artificial Intelligence holds great economic, social, medical, security, and environmental promise. And that exactly is what the Tamil Nadu state government wanted to explore and exploit. Apart from schools, the system has also been deployed in the IT department of the Government of Tamil Nadu and the Indian Institute of Management Trichy.

Potential Benefits of AI in Education

Personalization: A single teacher may find it incredibly challenging to determine how to address the needs of every kid in his or her classroom. AI systems can readily adjust to the unique learning requirements of each learner and can focus education on their areas of strength and weakness.

Tutoring: AI systems can "gauge a student's learning style and prior knowledge to give personalized support and teaching" in tutoring situations.

Grading: Artificial intelligence (AI) can certainly assist in grading tests with the aid of an answer key, but it can also "assemble data about how students did and even score more abstract evaluations such as essays."

Feedback on course quality: For instance, if many students are answering a question incorrectly, "AI can zero in on the exact knowledge or concepts that students are lacking, so instructors can make targeted changes in materials and approaches."

Meaningful and prompt feedback for students: Some students can be reluctant to take chances or hear critical comments in class, but "with AI, students can feel safe to make the mistakes essential for learning and receive the feedback they need for progress."

Conclusion

In this paper, we discussed the advancement of Artificial Intelligence in the Education field. There is a growing consensus that the extraordinary range of present and potential benefits will prevail even though there is still much debate about the advantages and disadvantages of implementing AI technology in the field of education, including the depersonalization worries and the ethical issues mentioned above. In the Future, we will concentrate on the AI technology involved in the education field with depth knowledge.

References

1. Dr. Share Aiyed M Aldosari, Dr. Share Aiyed M Aldosari, "The Future of Higher Education in the Light of Artificial Intelligence Transformations", International Journal of Higher Education, Vol. 9, No. 3; 2020

Boulay, Benedict. (2016). "Artificial Intelligence as an Effective Classroom Assistant". IEEE Intelligent Systems, 31(6), Nov.–Dec. 2016

Harkut,D & Kasat, K (2019), "Artificial Intelligence – Challenges and Applications", March 19th 2019

Khare, K., Stewart, B. & Khare, A. (2018), "Artificial intelligence and the student experience: An institutional perspective", The International Academic Forum (IAFOR)

Ma, Yizhi & Siau, Keng L. (2018), "Artificial Intelligence Impacts on Higher Education", MWAIS 2018 Proceedings. May 17–18, 2018

Moore, J. H. (2006), "The nature, importance, and difficulty of machine ethics", IEEE Intelligent Systems, 21(4), 18–21

Drigas, A. S., & Ioannidou, R. E. (2013), "A Review on Artificial Intelligence in Special Education", In Communications in Computer and Information Science

கல்வியும் தகவல் தொழில்நுட்பமும்

முனைவர். ச.பத்மா M.A.,M.Phil(Tamil),M.Ed.,M.Phil(Edu), M.A(Soci).,Ph.D(Tamil)
உதவிப் பேராசிரியர், தமிழ்த்துறை
நந்தா கல்வியியல் கல்லூரி, ஈரோடு –52
மின்னஞ்சல் : padma.haris@gmail.com
புலனம் : 9842952439

ஆய்வுச் சுருக்கம்

தொடக்க நிலையில் மனிதன் தம்முடைய கருத்தை மற்றொருவருக்குத் தெரிவிக்க ஒலிக்குறிப்பினையே தகவல் தொடர்புக் கருவியாகக் கொண்டிருந்தான். அதற்குப் பிறகு குறியீட்டு முறையை பயன்படுத்தினான். சிந்துவெளி நாகரகம் தோன்றிய பிறகு தான் மொழி மனிதனுக்கு தகவல் தொடர்பு கருவியாகியது. அதனைத் தொடர்ந்து தகவல் தொழில் நுட்ப வளரச்சியியும் பன்முகப் பரிமாணங்களை பெற்றுள்ளது. இச்சாதனம், கல்வி, சமூகம், அறிவியல், அரசியல், பொருளாதாரம், வணிகம், வானவியல், கடலாய்வு என அனைத்து துறைகளுக்கமான பயன்பாட்டுக் கருவுலமாக உள்ளது. குருகுலம் சென்று கல்வி பயின்ற நிலையிலிருந்து இன்று உள்ளங்கை நெல்லிக்கனி போல் இல்லங்கள் தோறும் கல்வி புகட்டும் ஆசானாக இணையதளங்கள் செயல்பட்டுக் கொண்டிருக்கின்றன.

மாணவரகள் அறிவுத் தேடலுக்கான அட்சயபாத்திரமாய் இணையங்கள் செயல்பட்டுக் கொண்டிருக்கின்றன. பல்வேறு நாடுகளில் சென்று பயிலும் வாய்ப்பினையும் வேலை வாய்ப்பு குறித்த தகவல்களையும் மணற்கேணி போல் தந்து கொண்டே இருக்கிறது. இந்திய முன்னேற்ற நுழைவாயில் சமூகமேம்பாட்டிற்கான பயனுள்ள தகவல்களையும் சேவைகளையும் தகவல்தொடரபு தொழில் நுட்பங்களைப் பயன்படுத்தி செயலாற்றி வருகிறது. இந்திய அரசின் மத்திய தொலைத்தொடர்பு மற்றும் தொழில்நுட்ப அமைச்சகத்தின் இத்திட்டத்தை மிகச் சிறப்பாக செயலாற்றி வருகிறது. ஒரு மனிதனை ஆளுமைத்திறனுள்ளவனாக மாற்றக் கூடிய திறமை தகவல்தொழில் நுட்பத்திற்கு இருக்கிறது. இணையத்தின் தேவையை மாணவர்கள் நன்கு உணரந்து செயல்படுத்தினால் நம் நாடு வல்லரசு நாடாக திகழும் என்பதில் ஐயமில்லை.

முன்னுரை

தொடக்க நிலையில் மனிதன் தம்முடைய கருத்தை மற்றொருவருக்குத் தெரிவிக்க ஒலிக்குறிப்பினையே தகவல் தொடர்புக் கருவியாகக் கொண்டிருந்தான். அதற்குப் பிறகு குறியீட்டு முறையை பயன்படுத்தினான். சிந்துவெளி நாகரீகம் தோன்றிய பிறகு தான் மொழி மனிதனுக்கு தகவல் தொடர்பு கருவியாகியது. அதனைத் தொடர்ந்து தகவல் தொழில்நுட்ப வளர்ச்சியும் பன்முகப் பரிமாணங்களை பெற்றுள்ளது. இச்சாதனம், கல்வி, சமூகம், அறிவியல், அரசியல், பொருளாதாம், வணிகம், வானவியல், கடலாய்வு என அனைத்து துறைகளுக்குமான பயன்பாட்டுக் கருவூலமாக உள்ளது. குருகுலம் சென்று கல்வி பயின்ற நிலையிலிருந்து இன்று உள்ளங்கை நெல்லிக்கனி

போல் இல்லங்கள் தோறும் கல்வி புகட்டும் ஆசானாக இணையதளங்கள் செயல்பட்டுக் கொண்டிருக்கின்றன.

தகவல் தொடர்பு

பொதுவாகத் தகவல்தொடர்பு என்பது செய்திகள், கருத்துகள், எண்ணங்கள் முதலியவற்றை ஒரு மனிதனிடமிருந்து இன்னொரு மனிதனுக்கு அனுப்பும் செயல் ஆகும். எனவே, ஓரிடத்திலிருந்து மற்றொரிடத்திற்குச் செய்தி அனுப்பப்படும் போது தகவல் தொடர்பு நிகழ்கிறது. அவ்வாறு எண்ணங்களையும், உணர்வுகளையும், செய்திகளையும் அனுப்பும்போது இரண்டு அல்லது மூன்று மனிதர்களிடையே பரிமாற்றம் நிகழ்கின்றன. குறிப்பாகத் தகவல் தொடர்பு என்பது செய்தியை அனுப்புதலும் பெறுதலுமாகிய வழிமுறை என்று கூறலாம். இதற்குத் தகவல் தொடர்புச் சாதனங்கள் பெரிதும் துணை நிற்கின்றன

செய்தியைக் கூற வருபவர், தாம் கூற வரும் கருத்தைக் கேட்போருக்குக் கூறுவதோடு தாம் கூறும் கருத்துத் தொடர்பான கேட்போரது கருத்துகளையும் அவரிடமிருந்து வெளிக்கொணர்கிறார். செய்தியைச் சொற்கள் வாயிலாகவோ நேரடியாகவோ எப்படி அனுப்பினாலும் மக்கள் ஒருவரை ஒருவர் தம்பக்கம் ஈர்க்கும் வழிமுறையே தகவல் தொடர்பு ஆகும்

தகவல் தொடர்பு அமையும் விதம்

இன்றைய காலக்கட்டத்தில் தகவல் தொடர்பு என்பது விலங்குகளாயினும், மனிதர்களாயினும் கருத்துப் பரிமாற்றத்தின் தேவை என்பது, உணவு, தண்ணீர் முதலிய அடிப்படைத் தேவை போலவே இன்றியமையாத தேவையாக அமைந்துள்ளது. இது வெறும் வார்த்தைகளால் மட்டுமே இருக்க வேண்டும் என்பது இல்லை. அவை படம், அச்சு, தலையசைவு, பெரிய படங்கள், ஒரு சிறு ஒலி முதலிய எதன் மூலமாகவும் அமையலாம்.

கற்காலத்தில் தகவல் தொடர்பு

வரலாற்றுக்கு முந்தைய காலத்திலேயே இலக்கியங்கள் மக்கள் தகவல் தொடர்புச் சாதனங்களாக விளங்கியிருக்கின்றன. இலக்கியம் சமுதாயத்தைக் காட்டி பிரதிபலிக்கும் காலக் கண்ணாடி ஆகும். பழுங்காலத்தில் பின்பற்றப்பட்ட பழக்க வழக்கங்கள், மரபுகள் இலக்கியங்களில் பதிவு செய்து வைக்கப்பட்டதன் விளைவாக இன்றும் மக்களால் பின்பற்றப்படுகிறன்றன. இலக்கியங்கள் மக்களுக்கு இவற்றைப் போதித்து கருவிகளாகச் செயல்படுகின்றன. மனிதனின் நல்வாழ்வுக்கான நெறிமுறைகளை அறிவிப்பவனவாகவும் இலக்கியங்கள் திகழ்கின்றன. அந்நாட்களில் பனை ஓலைகளிலும், கற்பாறைகளிலும் இலக்கியங்களும் வேதங்களும் எழுத்துவடிவில் பதிவு செய்து வைக்கப்பட்டன.

பண்டைக் காலத்தில் மொழி தோன்றாத நிலையில் மனிதன் தன் கருத்தை முதன் முதலில் சைகைகள் வழியாகத் தெரிவித்தான். அவன் இரவிலும், பகலிலும் தொலைவிலுள்ளோர்க்குச் சைகைகள் வழியாக செய்தியைத் தெரிவித்துக் கொள்ள இயலாத நிலை ஏற்பட்டது. ஆகவே, தன் குரல் ஒலியைப் பயன்படுத்தத் தொடங்கினான். இரவில் மட்டும் குரல் ஒலியைப் பயன்படுத்துவதுடன் அல்லாமல் பகலிலும் சீழ்க்கை ஒலி போன்ற ஒலியைப் பயன்படுத்தித் தகவல்களைச் சொல்லத் தொடங்கினான். பின்பு மொழியை அறிந்த பின் குரல் ஒலியைப்பயன்படுத்த முற்பட்டான். இது எந்த நேரத்திலும், எந்நிலையிலும் இடையூறு இல்லாத கருத்து புலப்பாட்டுக் கருவியாக அமைந்திருப்பதை அறிந்தான். நாளடைவில் ஒலியே பேசும் மொழியாக வளர்ச்சி பெற்றுத்தகவல் தொடர்புக் கருவியாக மாறியது எனலாம்.

காப்பியக் காலத்தில் தகவல் தொடர்பு

தமிழர் வாழ்வியலை நெறிப்படுத்தி உணர்த்தும் நூலாகக் கருதப்படும் தொல்காப்பியம் பொருளதிகாரம் அகத்திணையியலில் தூதினைக் குறிப்பிடும் போது தலைமகன் கூற்றில்

“தூதிடை யிட்ட வகையினானும” (தொ–987)

எனத் தூது பற்றிக் கூறுகிறது. இத்தூது என்பது ஒருவர் தம் கருத்தை மற்றொருவருக்குத் தெரிவிக்கப் பிறிதொருவரை அனுப்புவது ஆகும். தூது அனுப்பும் வழக்கு பண்டைக் காலத்தில் தமிழரிடத்தில் பல்கிப் பரவியிருந்தது. இதில் தமிழ் மக்கள் தலைவன், தலைவி இருவரில் ஒருவர் மற்றவர் மீது காதல் கொண்டு வருந்தித் தம் வருத்தத்தைத் தெரிவிக்குமாறு நாரை, அன்னம், மேகம், மயில், கிள்ளை, எழிலி, பூவை, கோழி, குயில், நெஞ்சம், தென்றல், வண்டு, பணம், தமிழ், மான், சவ்வாது, நெல், புகையிலை, துகில், காக்கை, விறலி, அன்பு, போன்றவற்றைத் தூது அனுப்பும் தகவல் தொடர்புச் சாதனங்களாகப் பயன்படுத்தியுள்ளதை நாம் காணமுடிகிறது.

உலகப் பொதுமறையும் திருக்குறள் மன்னனின் நாட்கடமைகளும் ஒன்று மக்களின் நடைமுறை நிகழ்ச்சிகளை அன்றன்றே அறிந்து கொள்வது. இதனை வள்ளுவர் பெருந்தகை.

“எல்லார்க்கும் எல்லாம் நிகழ்பவை எஞ்ஞான்றும்

வல்லறிதல் வேந்தன் தொழில்” (குறள் –582)

என்பர்.

அக்காலத்தில் ஊர்ப் பொது மன்றங்களில் முரசறைந்து செய்தி பரப்பும் நிலையினைப்

“பறையறைந்தல்லது சொல்லற்க என்னா இறையே தவறுடையான்”

(குறிஞ்சி–20: 32,33)

என்று கலித்தொகை கூறுகிறது. முத்தமிழ்க் காப்பியமாகிய நெஞ்சையள்ளும் சிலப்பதிகாரம் கோவலன் கண்ணகி திருமணத்தை புகார் நகரத்திற்கு அறிவித்த செய்தியை

"யானை எருத்தத்து அணியிரைத்தார் மேலிரீ மாநகர்க்கீந்தார் மணம்"

(மங்கல வாழ்த்து –43)

என்று பகர்கிறது.

சொல்லுறாக் காட்சிக் கலைகள்

சொல்லுறாக் காட்சிக் கலைகள் நாம் கவனமாகப் பார்ப்பதால் மட்டுமே அவை உணர்த்தும் பொருள் தெளிவாகப் புலப்படுகிறது. ஒலிக் குறியீடுகளால் செய்திகளை இவை தெரிவிப்பது இல்லை. இவற்றை உற்றுக் கவனிப்பதால் மட்டுமே இவை கூறவரும் செய்தியைக் தெரிந்து கொள்ள முடியும். இதற்கு எடுத்துக்காட்டாகச் சிற்பங்கள், ஓவியங்களைக் குறிப்பிடலாம். சிற்பங்களின் தோற்றப் பொலிவு, அழகுணர்வு, பக்தி உணர்வு, உடலமைப்புப் பாங்கு, குறிப்பிட்டப் பொருள் ஆகியவற்றின் வாயிலாகக் கருத்துப் புலப்படுகிறது. மதுரை மீனாட்சியம்மன் கோவில் கோபுரங்களில் புராணக் கதைகள் சிற்பங்களாகச் செதுக்கப்பட்டுள்ளன.

கட்டிடங்களின் அமைப்பைக் கொண்டு, கிறித்துவ ஆலயங்கள், இந்துக் கோயில்கள், இசுலாமியரின் மசூதிகள் எனப் பிரித்தறிய முடிகிறது. இக்கட்டிடங்கள் ஒரு சமயத்தின் கலை, பண்பாட்டு வரலாறு ஆகியவற்றை எடுத்துக் கூறும் புலப்பாட்டு ஊடகமாகத் திகழ்கின்றன. ஓவியன் தன்னுடைய உணர்வு, சிந்தனை ஆகியவற்றைக் கற்பனையில் ஒரு நிழலை ஏற்படுத்திக் கொண்டு தளத்தில் தீட்டும்போது அது ஓவியமாகிறது. அதுபோன்றே இறைவனின் கதைகள் கோவில்களில் ஓவியங்களாக வரையப்பட்டுள்ளன. பெரிய புராணக்கதை சிதம்பரம் தில்லை நடராஜர் கோவிலிலும்,

திருவிளையாடல் புராணக்கதைகள் மதுரை மீனாட்சியம்மன் கோவிலிலும் ஓவியங்களாக வரையப்பட்டுள்ளன.

நாகரிகமற்ற காலத்தில் தகவல் தொடர்பு

நாட்டுப்புறத் தகவல் தொடர்புச் சாதனங்கள் அறக்கருத்துகளைப் பொழுதுபோக்கு விடுதிகள் போன்ற பல்வேறு விவரங்களில் வழங்குவதால் நமது சுயவெளிபாட்டுத் தேவையைப் பூர்த்தி செய்கின்றன. நமது மரபையும் முன்னோர்களின் கலாச்சாரத்தையும் பாதுகாப்புடன் மிகவும் உயிரோட்டத்துடன் அவற்றைப் பரப்பவும் செய்கின்றன. மரபில் இவற்றின் வேர் ஊன்றப்பட்டு பெரும்பாலான மக்களின் அனுபவக் களஞ்சியமாக விளங்கிப் பெரும்பாலான மக்களைச் சென்றடைவதால் இவையெல்லம் தகவல் தொடர்புச் சாதனங்கள் என்பதற்குப் பொருத்தமானவை எனலாம்.

கதைப் பாடல்களாக நாட்டுப்புற கலைப்படிவங்கள் இந்தியா முழுவதும் காணப்படுகின்றன. விடுகதைகள், பழமொழிகள், போன்றவை பல்வேறு கருத்துகளை மக்களுக்குப் பரப்பிய நாட்டுப்புற வடிவங்களே. இவைகளுக்குக் கண்டிப்பான விதிமுறைகள் இல்லாததால் சூழலுக்கேற்ப எச்செயலையும் சேர்த்துக் கொள்ள இயலுகிறது. தகுந்த நேரத்தில் மக்களுக்கு நன்மை தீமைகளை எடுத்துக் கூறுகின்றன.

கரு, உரையாடல், நகைச்சுவைக் கூறு போன்றவை நிகழ்காலச் சமுதாயத்திற்கு ஊற்ப மாற்றிக் கொள்ளப்படுபவையேயாகும். இவ்வாறு நெகிழ்ந்து கொடுக்கும் தன்மை இவ்வடிவங்களில் தகவல் தொடர்பைத் தெரிவிப்பதில் காணப்படும் சிறப்பம்சமாகும். தேவையானால் எல்லா மக்களும் பங்கெடுத்துக் கொள்ளும் வாய்ப்பை நல்குகிறது. எனவே, பண்பாட்டையும் மரபுவிதியிலான சமூக மதிப்புகளையும் நேரடியாகப் பரிமாற்றம் செய்வதில் இவை தலைசிறந்து விளங்குகின்றன.

வரலாற்றுக் காலத்தில் தகவல் தொடர்பு

முகலாய மன்னன் ஜஹாங்கீர் ஆக்ராவில் தன் மனைவிக்குப் பிறக்கும் குழந்தை ஆண், பெண் என்பதை அறிய டில்லியிலிருந்து ஆக்ரா வரை சிவப்பும் பச்சையுமான கொடிகளை ஏந்திய பணியாட்களை நியமித்தான். ஆண் குழந்தையானால் சிவப்புக் கொடியும், பெண் குழந்தையானால் பச்சைக் கொடியும் காட்டப்பட வேண்டும் எனக் கட்டளையிட்டான். இவ்வகையில் தகவல் அறியும் முறையினை அவன் கடைப்பிடித்திருந்தான்.

பாஞ்சாலக்குறிச்சியை ஆண்ட வீரத்திலகமாய் வாழ்ந்து மறைந்த வீரபாண்டியக் கட்டபொம்மன் திருச்செந்தூர் முருகக் கடவுளின் மீது மிகுந்த பற்றுடையவர். முருகனுக்கு நண்பகல் வழிபாடு முடிந்த பின்னரே மதிய உணவு உடகொள்வதை வழக்கமாக் கொண்டிருந்தார். இதற்காகப் பாஞ்சாலங்குறிச்சியிலிருந்து திருச்செந்தூர் வரை மண்டபங்கள் கட்டி வழிபாடு முடிந்ததும், ஒவ்வொரு மண்டபத்திலும் மணியடிக்க ஏற்பாடு செய்திருந்தார். அவ்வாறே மணி ஒவ்வொன்றும் முறையாக ஒலிக்கப் பெற்றுச் செய்தி அறிந்து உணவு உட்கொள்ளும் வழக்கம் உடையவராக இருந்தவர் என்பதை வரலாறு கூறுகிறது. செய்திகளைப் பரப்புவதில் கல்வெட்டுகளும் ஓலைச்சுவடிகளும் உற்ற துணையாக இருந்துள்ளன. அசோகர் காலம் முதல் இக்கல்வெட்டுகள் செய்திகளைக் கூறும் நிலைக்களன்களாயின. ஓலைச் சுவடிகள் மூலம் ஒரு நாட்டு மன்னன் மற்றோர் நாட்டு மன்னனுடன் தொடர்பு கொண்டிருக்கிறான். மன்னன் அனுப்பும் செய்தி ஓலைக்குத் திருமுகம் என்றும் பெயர் இத்திருமுகத்தைக் கொண்டு செல்பவர் ஓலை நாயகம் என்றும் பெயர். பெரிய புராணத்தில் ஆலய சுந்தரரைச் சிவபெருமான் திருமணக் கோலத்தில் தடுத்தாட்கொள்ள மூலச் சான்றாக இருந்தது ஓலை என அறிகிறோம். அரசவையில் இன்றைய காலத்தில் கையெழுத்துப்படி வரைவோர் தனியாக நியமிக்கப்பட்டிருந்தனர். 1850இல் அயோத்தி

அரசனிடம் அறுநூற்றுக்கும் மேற்பட்ட படிவரைவோர் இருந்ததாகத் தெரிகிறது. இன்றும் கிராமப் புறங்களில் சாதகம் எழுத இவ்வோலையே பயன்படுகிறது.

புதுமையின் தசாப்தம்

2010–2021 க்கும் இடைப்பட்ட ஆண்டை புதுமையின் தசாப்தம் (Decade of innovation)என்று குறிப்பிட்டுக் கூறலாம். பகுத்தாயும் திறனும், ஆழ்ந்த சிந்தனைத்திறனும் புத்தாக்கங்களுக்குரிய இன்றியமையாத பண்புகள். பள்ளிப்பருவத்திலிருந்தே இத்தயை பண்புகளை வளர்த்தெடுக்க வேண்டும். மாணவர்களிடையே புத்தாக்கத்திறனை வளர்க்க விரைவான கருத்துப் பரவலைபும் அறிவுநுட்பத்தையும் தன்னகத்தே கொண்ட தொலைத் தொடர்பு நுட்பவியலின் (ICT) பங்களிப்பு இன்றியமையாததாக விளங்குகிறது.

தேசியக் கல்விக்கொள்கையும் தகவல் தொழில் நுட்பமும் 1986 ஆம் ஆண்டு கொண்டுவரப்பட்டு 1992 ஆம் ஆண்டு திருத்தப்பட்டு வெளியிடப்பட்ட தேசியக் கல்விக் கொள்கையின் முகப்புரையில் இரண்டு முக்கியமான கூறுகள் வலியுறுத்தப்பட்டுள்ளன. கல்வி நுட்பம் (Educational Technology - ET) மற்றும் பள்ளிகளில் கணிப்பொறிக் கல்வி (Computer Literacy And Studies in School - CLASS) ஆகியவையே அவை. பள்ளிகளில் கற்பித்தல் திறனை மேம்படுத்த கல்விநுட்பவியல் கூறுகளை அறிமுகப்படுத்துதல் மற்றும் பள்ளிகளில் கூறுகளை அறிமுகப்படுத்துதல் மற்றும் பள்ளிகளில் கணிப்பொறியறிவு மற்றும் கணிப்பொறிப் படிப்புகளைத் தொடங்குதல் ஆகிய இரண்டுக்கும் முன்னுரிமை கொடுக்கத் திட்டங்கள் வகுக்கப்பட்டன. இதன் தொடர்ச்சியாகத் தேசியக் கல்வித்திட்ட வடிவமைப்புப் பணிகளில் (National Curriculum Framework 2005 (NCF-2005) தகவல் மற்றும் தொடர்பியல் தொழில்நுட்பத்திற்கு (Information and Communication Technology) (ICT) அதிக முக்கியத்துவம் கொடுக்கப்பட்டது.

புத்தகமில்லா வகுப்பறைகள், வகுப்பறையில்லா ஆசிரியர்கள் தமிழகத்தில் சில கல்வி நிலையங்களில் குறிப்பேடுகளும் புத்தகங்களும் பயன்படுத்தப்படுவதில்லை அவற்றின் இடத்தைக் கையடக்கக் கணிப்பொறிகள் (Tablet as Textbook)பிடித்துவிட்டன. பாலர் வகுப்பில் இருந்து பல்கலைக்கழகங்கள் (From Pre K.G to University)வரை கையடக்கக் கணிப்பொறிகள் மற்றும் மடிக்கணினிகளில் (Laptop)பயன்பாடு மிகுந்துள்ளது. தேசிய மற்றும் மாநிலப் பாடத்திட்ட புத்தகங்கள் பதிவிறக்கம் செய்ப்பட்ட கையடக்கக் கணிப்பொறிகள், மாணவர்களின் புத்தகச் சுமையை முற்றிலுமாக நீக்கிவிட்டன. மெய்நிகர் வகுப்பறைகள் (Virtual Class room)மற்றும் காணொளிக் காட்சி (Video Conference)நிகழ்வுகள் ஆசிரியர்களையும் அறிஞர்களையும் நம் இருப்பிடத்திற்கு அழைத்து வந்து அறிவுத்தாகத்தைத் தணித்து நிற்கின்றன. இணைய நூலகங்கள் (Digital Library)அறிவுத் தேடலுக்கு அட்சயபாத்திரமாக விளங்குகின்றன.

தமிழ்நாடு தகவல் மற்றும் தொடர்வியல் நுட்பக் கழகம்

(ICT Academy of Tami Nadu (ICTACT)

தகவல் மற்றும் தொடர்பியல்நுட்பத் துறையில் மாணவர்களையும் ஆசிரியர்களையும் திறன் மிக்கவர்களாக உருவாக்குவதற்குத் தேவையான பயிற்சிகளை அளிப்பதற்காக நடுவண் அரசின் உதவியுடன் தமிழக அரசால் உருவாக்கப்பட்ட தன்னாட்சி அதிகாரம் பெற்ற அமைப்பாக தமிழ்நாடு தகவல் மற்றும் தொடர்பியல்நுட்பக் கழகம் – ICT Academy of Tamil Nadu (ICTACT) விளங்குகிறது. தொழில் துறைக்கும் கல்வி நிலையங்களுக்கும் இடையேயான இடைவெளியைக் குறைப்பதுதான் இவ்வமைப்பின் நோக்கமாக உள்ளது. உயர் கல்வி நிறுவனங்களில் பட்டம் பெற்று வரும் மாணவர்களைத் தகவல் தொழில்நுட்பத் துறையில் பணியாற்றுவதற்கு உரியவர்களாக மாற்றுவதே இவ்வமைப்பின் முதன்மைப் பணியாகும். நாட்டுக்குத் தேவையான அடுத்த தலைமுறை தொழில்நுட்ப விற்பனையாளர்களை வளர்த்தெடுக்கும் பணியில் ஈடுபட்டுள்ள பள்ளிகளுக்கும்,

கல்லூரிகளுக்கும், நிறுவனங்களுக்கும்அரசு அமைப்புகளுக்கும் ஓர் இணைப்புப் பாலமாக இவ்வமைப்பு விளங்குகிறது.

தமிழகச் சூழலும் தகவல் தொழில்நுட்பமும்

பள்ளி மற்றும் கல்லூரி மாணவர்களின் தகவல் தொழில்நுட்ப அறிவின் விரிவாக்கத் தேவையைக் கருத்தில் கொண்டு தமிழக அரசு செயல்படுத்திவரும் விளையில்லா மடிக்கணினி வழங்கும் திட்டத்தினால் கிராமப்புற மாணவர்களும் தகவல் தொழில்நுட்பச் சாதனங்களின் பயன்பாட்டு அறிவையும் அவற்றின் வழியே கல்வியறிவையும் பெற்று வருகின்றனர். தமிழகத்தில் உள்ள கலை அறிவியல் கல்லூரிகள், பொறியியல் கல்லூரிகள், பல்கலைக் கழகங்கள் பலவற்றில் நிறுவப்பட்டள்ள தரமான கணிப்பொறி ஆய்வுக்கூடங்கள், தகவல் மற்றும் தொடர்பியல் நுட்ப வளர்ச்சியில் தமிழ்சமூகம் முன்னணியில் நிற்பதற்குத் துணைசெய்கின்றன.

21ஆம் நூற்றாண்டில் தகவல் தொடர்பு

மக்கள் தகவல் தொடர்புச் சாதனங்களாக இதழ்கள், வானொலி, தொலைக்காட்சி, திரைப்படம், தொலைபேசி, கணினி, இணையம், மின்னஞ்கல், தொலைநகலி, செல்லிடப்பேசி, பேஜர் போன்றவை பெருமளவில் பல்கிப் பெருகி உள்ளன. இவை உடனுக்குடன் தகவல்களைத் தந்து மக்களுக்குச் சிறந்த சேவை புரிகின்றன. தகவல் தொடர்புச் சாதனங்கள் தாம் இன்றைய உலகில் மனிதனுக்குக் கிடைத்த மாபெரும் தவத்தால் கிடை;த்த வரம். இவற்றால் நேரம், அதிகப்படியான உழைப்பு, பண்ம் ஆகியன மிச்சமாகின்றன. உடனுக்குடன் முடிவு எடுக்கவும் நடக்கும் நிகழ்ச்சிகளை வீட்டிற்குள் வந்து தந்துவிடுகின்றன.

திரைப்படங்கள் நம்மை மகிழ்விக்கின்றன. பத்திரிக்கைகள் அறிவுறுத்தி அறிவூட்டுகின்றன. வானொலி காதிற்கு இன்பத்தை பாய்ச்சுகின்றன. கணினி, இணையம், செல்பேசி ஆகியவை விரைவுச் செய்தி தகவல் ஆகியவற்றை உடனடியாகத் தமிழ் மொழிக்கு இவை மிகவும்

பயனுள்ளதாக அமைந்துள்ளன என்பதை மறுக்க இயலாது. தேவைக்கு ஏற்ப இச்சாதனங்களைப் பயன்படுத்தினால் நமக்கு நல்லது தேவையின்றிப் பயன்படுத்தினால் பணம்தான் அதிகம் செலவாகும். இவற்றை உணவிற்கு உப்புப் போல அளவுடன் தேவை கருதிப் பயன்படுத்தினால் ஏற்றம் பெறலாம். மக்கள் தொடர்புச் சாதனங்கள் துணை இன்றி வாழ்வது அரிதுதான் என்றாலும் அளவிற்கு மிஞ்சினால் அமிர்தமும் நஞ்சு என்பதை உணர்ந்து தேர்ந்து, தெளிந்து வாழ்தல் என்றும் இன்பத்தைத் தரும்.

முடிவுரை

தகவல் தொடர்புச் சாதனங்கள் தொடக்கக் காலத்தில் வாய்மொழி, வாய்மொழியல்லாதவைகளாக விதைகளாய் இருந்துள்ளன. இடைக்காலத்தில் வண்ணம். ஓலைகள், ஓவியங்கள் எனத் துளிர்விட்டன. அவை கலைகள், கதைகள், நாடகம், பழமொழி, விடுகதை என வகைவகையான மொட்டுகளாய்க் கூம்பின. அவை பல்வேறு இலக்கியங்களிலும் தவழ்ந்து, இன்று இணையம் வழியாகவும், செயற்கைக் கோள்கள் வாயிலாகவும், வாட்ஸ் அப், டுவிட்டர், மின் இதழ்கள், வலைப்பூக்கள், காட்சி வலைப்பூ, தோற்ற உலகம், செய்தித் தளங்கள், முகநூல் என மலர்ந்து மணம் வீசி உலகில் உள்ள யாவரையும் தகவல் சாதனங்கள் பயன்பாடு என்னும் மனத்தால் மயங்கச் செய்துவிட்டன. தகவல் தொடர்பு விதைகளை விதைத்த நாம் அவைகளை நன்மைக்கு மட்டுமே பயன்படும் மலர்களாய் மலரச் செய்வோம், அம்மலர்களைக் கொண்டு உலக அளவில் ஈடு இணையில்லாத அறிவியல் அறிவு மலர்களால் மாலையாகத் தொகுத்துத் தகவல் தொடர்பு விதைகளை விதைத்த நாம் அவைகளை நன்மைக்கு மட்டுமே பயன்பாடு என்னும் மணத்தால் மயங்கச் செய்துவிட்டன. தகவல் தொடர்பு விதைகளை விதைத்த நாம் அவைகளை நன்மைக்கு

மட்டுமே பயன்படும் மலர்களாய் மலரச் செய்வோம். அம்மலர்களைச் கொண்டு உலக அளவில் ஈடு இணையில்லாத அறிவியல் அறிவு மலர்களால் மாலையாகத் தொகுத்துத் தகவல் தொடர்புச் சாதனங்களில் எவரும் சூடாத வாகை சூடுவோம்.

பார்வை நூல்கள் :

1. ஆ.பி. அந்தோணி ராசு. இதழியல் ஓர் அறிமுகம் ஆரோக்கியம் பதிப்பகம், – 1986

மா.பா. குருசாமி இதழியல் கலை – வண்ணன் வெளியீடு – சாத்தான் குளம் – 1998

வெ. நல்லதம்பி – தொலைக்காட்சியும் பிற தகவல் தொடர்புச் சாதனங்களும், வள்ளுவன் வெளியீட்டகம், சென்னை –1998

இரா. கோதண்டபாணி இதழியல் கற்பக நூலகம் மதுரை – 1980

சு.சக்திவேல் நாட்டுப்புற இயல் மணிவாசகர் பதிப்பகம் சென்னை –2003

முனைவர் சா.சவரிமுத்து இதழியல் மக்கள் தகவலியல் மணிமொழி பதிப்பகம், சென்னை – 2002

Education 4.0

D.BanuPriya MCA,Mphil,B.ed
gtnbanu@gmail.com,
Ph no:9788165151
Dr.T.Priya, MCA,Mphil,Ph.d
suga.priya04@gmail.com
Phno:97865 12149
S.Sweetlin Devamanohari Msc., Mphil
sweetysamm@gmail.com
no: 98845 87557
Department of Computer application,
GTN Arts College, Dindigul.

Abstract

Education involves transmitting and acquiring knowledge through teaching and learning, especially in a similar school or institution. The earliest educational processes involved sharing information about gathering food and providing shelter learning language and acquiring the values, behaviour, and religious rites or practices of a given culture. It is also called customary education or conventional education. The main motive of the earliest is to pass on the values, manners skills and to the next generation which is necessary for their survival. The students simply sit down together and listen to the teacher or another who will recite the lesson. But studying this is pointless because the people who come from rural backgrounds struggle to pursue higher education in comparison to students from urban areas, and government school students struggle to gain the confidence necessary to progress to the next level of education when compared to students from private institutions. To address this issue, the government introduced Education 4.0, which is very beneficial for rural and government students. It teaches about the skills required today that is the skills of science and technology, science of medical science etc. Besides listening, modern education includes writing, visualizing, imagination and thinking skills. As people's needs change, the education system must also change and that change must be accepted by the population.

Keywords: Education, Technology, skills

முக்கிய வார்த்தைகள்: கல்வி, தொழில்நுட்பம்,திறன்கள்

Introduction:

In the age of information and communication technology, educational systems are required to rethink and rebuild a curriculum for computer literacy, on the other hand, to revitalize and enrich the learning environment for interaction between learner and learning resources. It is therefore necessary to review traditional teaching methods and replace them with new ways to equip learners with cognitive skills. Therefore, the use of information and communication technology is inevitable to achieve quality learning goals for everyone.

Related Literature:

The system of Indian Higher education is the second largest in the world which fulfills the educational requirements of millions of students who come from different sections of the society since it is the student community that can help to generate healthy academic atmosphere in institutions of higher learning. No doubt that India faces today a number of problems pertaining to poverty unemployment disappearance of moral and spiritual values. But in the last few decades a countrywide problems/challenges have emerged in Higher Education system in India they are discussed as under. Our heterogeneous education system , based on geographical, rural urban, rich poor set up have posed in great challenge for the educational institutions. Varieties of colleges, universities, technical institutions have produced and different types and quality of Education. Some of them are really imparting qualitative education although a few others are doing the dirtiest job. Thanks to UGC, for publishing the list of such a fake Universities and Institutions indulging in educational malpractices.

Interference of political factors: Most of the Institutions, imparting education (Aided non–aided) are owned by the dominant political leaders, now playing key role in governing bodies of the Universities. They have established their own youth cells and encourage students' organization on political basis. They exploit the students' energy for their political purposes. The students forget their own objectives and begin to develop their career in politics. Modern technologies can play an important role in the skill, knowledge and motivation of students. In the era we are living today, the criterion of strength and superiority of countries is the amount of information generated, the breadth and speed of access of individuals to the correct and up–to–date information. Nowadays, other education is not limited to the closed school framework, and with the disappearance of borders and distances, it is accessible to everyone. The appropriate environment for learning is always on a wide and flexible basis with the help of information and communication tools, in such a way that the conditions for continuous education are provided for individuals.

Today, we are in the information society with the growth of technologies and the expansion of communication and information facilities. The characteristics of a society include: high density of information in the lives of most citizens; the use of compatible technology in a wide range of personal, social, educational and commercial activities; and the ability to transfer and receive digital data quickly between different locations regardless of distances. Information and communication technology is a technology that helps us capture, store, process, retrieve, transfer, and receive information. Information technology has revolutionized the way we do things. Information and communication technology is interdependent, so that information is considered to be a machine of work and communication. Information and communication technology is a force that changes many aspects of life.

Current Challenges in Education:

The successes listed above are not only numerical but point to the narrowness of the base of beneficiaries in India. Of the 27crore people who have registered on the e-Shram portal, 94% mention that they earn less than Rs 10,000 per month. The desperation among youngsters can be gauged when a person having a PhD, MTech and MCom degree applies for a peon's job in Uttar Pradesh. No doubt a government job is preferable but one does not do an MTech to become a peon. Clearly, a large number of people don't get a job appropriate to their degree or skill acquired. It is reported that substance abuse has grown among youngsters and so has violence within families.

While the number of educational institutions has increased, facilities by and large are inadequate due to a shortage of funds and corruption. This is mostly true of the private institutions also because of the managements' desire to maximize their profits. No wonder, ASER reports since 2005 show that 50% of children in Class 5 in rural schools cannot read or write or do arithmetic of Class 2 level. So, effectively they have not acquired the basic skills, and drop out. Worse, they can only get menial jobs that pay little, and they will remain poor during their lifetime.

The 1991 New Economic Policy (NEP) brought about a paradigm shift. The role of teachers was undermined. Funding for education was curtailed. Regular appointments of teachers became a trickle and they were recruited as temporary, ad-hoc or as guests. As a result, a large number of teachers have become insecure, as they have no autonomy and are shamelessly exploited by the administration.

Teachers, especially the senior ones, rather than resisting these trends have been largely accepting them. Using the growing malpractices as an excuse, the policymakers, including academics in positions of authority, have imposed policies that are wholly unsuitable for teaching. These have been affected on the plea of disciplining teachers and attaining standards via standardization.

It has led to a decline in the self-esteem of teachers, and teaching and research have become mechanical. Inappropriate quantitative measures of efficiency used in offices have been imposed on teachers. Like, earning points for promotion under the new API (academic performance indicator) system. Many MPhil and PhDs are cut-and-paste jobs, not worth the paper they are written on. The attention is diverted from the quest for knowledge or imparting it to the students to beating the system. Standards rather than improvement have declined. Teaching is currently being undermined by the growing emphasis on technology. This is seen as a solution to the problem of indifferent teaching and inadequate funding. Courses devised in advanced countries are now recommended for introduction in Indian institutions.

What teachers need to do

Teachers need to agitate to de–bureaucratize their institutions and reform the teaching–learning process. The commitment to teaching and to the students has to be deepened. They have to teach students how to learn and make their own path rather than spoon feed them. They can be friends to the young and give them hope for the future so that they develop a positive attitude and become less frustrated. All this can happen only if teachers act collectively and become role models.

While much has been achieved in the field of education in numerical terms since independence, the crisis is in the content. In this sense, teachers have failed society by not playing the critical roles mentioned above and by failing to provide dynamism to society. The elite rulers have to bear a large part of the blame for this failure of teachers.

They have put systems in place that instead of encouraging knowledge generation promotes copying of ideas. This needs to change if society is to meet the growing challenges it faces. One can say, society is sliding down an abyss and only a reformed education system can stop the further decline and reverse it.

Conclusion:

In concluding words, we can say that over the period of time, growth have been take place in higher education in terms of institutions, enrolments etc. but it is not sufficient. Indian economy is facing various challenges regarding higher education, which need to overcome through appropriate policy formation and their effective implementation. Higher education in India plays many roles. It is of extraordinary importance to many and reforms are often seen as significant threats to specific, social arrangements that provide benefits to powerful groups. The politics is the result and most often the changes are not implemented language has been a similar issue in which government attempted to solve in difficult social and political problem through policy relating to higher education. To conclude, Higher education in India is an extraordinarily important part of modern Indian society and it is intertwined in the political and social systems of the society. It is in need of change, development and important. In order to effectively plan for reforms and improvement, it is necessary to have in re apperceptions of what is possible and what is not.

References:

1. Listic Agarwal Ret al. Higher Education and Quality Improvement: A challenge for India. Indian Journal of Applied Research 2014;

UGC and Higher Education System in India. Book Enclare, Jaipur.302006. Arunachalam P. Higher Education Sector in India: Issues and Imperatives. Journal of Global Economic 2010; Padhi, S.K. (2011), 'Issues, Challenges and Reforms in Higher Education for a Knowledge Society,' Higher Educat ion in India: Issues, Concerns and New Directions http://www.ugc.ac.in/pub/heindia.pdf

Ramesh G. Indian Higher Education and the Challenges of Sustainability: An Analytical Note. International Journal of Social Science & Interdisciplinary Research 2013;

இணையம் வழித் தமிழ்கல்வி

பெ.செங்கோட்டையன்
உதவிப்பேராசிரியர்
வேளாண்மைக் கல்லூரி&ஆராய்ச்சி நிலையம்
ragupathyp66@gmail.com

முன்னுரை

தமிழ் மொழி மிக நீண்ட வரலாற்றையும் சிறந்த இலக்கண இலக்கிய வளங்களையும் தன்னகத்தைக் கொண்டது.

திங்களொடும் செம்பரிதி தன்னோடும்

விண்ணோடும் உடுக்களோடும்

பொங்கு கடல் இவ்வற்றோடும் பிறந்த தமிழ்

என பாவேந்தர் பறைசாற்றிய நம் தாய்த் தமிழினைக் கற்பதற்கும் கற்பிப்பதற்கும இன்றைய காலகட்டத்தில் அறிவியல் தொழில்நுட்பம் மிக அவசியமாகக் கருதப்படுகிறது.

ஆரம்பக் கல்வி முதல் ஆராய்ச்சி வரை இணையம்

பரந்த இவ்வுலகில் அறிவியலின் வளர்ச்சி அளப்பெரியது. வேகமான அறிவியல் புரட்சியில் கணினியின் பயன்பாடு மிக முக்கியத் தேவையாகிறது . தகவல் தொழில்நுட்பத் துறையில் அனைவரையும் இணைக்கும் ஒரு துறையாக இணையதளம் விளங்குகிறது என்றால் அது மிகையல்ல .உலகில் எந்த மூலையில் இருக்கும் மக்களும் இணையத்தின் மூலம் அனைத்து துறை குறித்த விவரங்களையும் அறிந்து கொள்ள முடிகிறது. சங்ககாலம் முதல் இன்று வரை எண்ணிலடங்கா நூல்கள் வந்தவண்ணம் உள்ளன.

ஆதிகாலத்தில் மணல் ,கல்பாறை, ஓலைச்சுவடிகளில் தான் பதிப்பித்தனர் .இன்று கணினியின் துணைகொண்டு பதிப்பித்து உலகில் நமக்கான தேவைகளை அந்த நொடிப் பொழுதே வாசித்து தெளிவு பெற முடிகிறது .

இதற்கு காரணம் கணினியும் இணையும் என்றால் அது மிகை ஆகாது.

ஒருவர் ஆராய்ச்சி தொடர்பாகவோ, தமது இலக்கண, இலக்கிய அறிவை வளர்த்துக்கொள்ள ஒருவர் நூலகத்திற்குச் சென்று தனக்கு வேண்டிய ஒரு நூலை தேடுவது மிக எளிதானதல்ல, பொறுமையும், நேரமும் மிக அவசியமாகிறது. ஆனால்

இணையம் வழியாக கணிப்பொறியிலோ, கையடக்க பேசியிலோ தேடும்போது தேடியதைக் கண் முன்னே கொண்டு வந்து குவித்துவிடும். சில வேளைகளில் நாம் ஒன்றைத் தேட அதைனைக் கொண்டு வந்து தருவதோடு அதனோடு தொடர்புடைய மேலும் பல அரிய தகவல்களை நமக்கு அளிக்கும். ஆய்வுப் பணியில் ஈடுபடுவோருக்கு இணையம் மிகச்சிறந்த வழிகாட்டுதலாகவும் அமைகிறது. நமது தேடல் மட்டுமன்றி கூடுதலாகவும் அதே வேளையில் தனியொரு மனிதனோ அல்லது ஒரு குழுவினரோ தேடிக் கண்டுபிடிக்க முடியாதவற்றையும் மிகுந்த காலம் தேவைப்படுகின்ற தேடுதல்களைக்கூட மிக எளிதாகவும் விரைந்தும் செய்து முடிகின்ற ஆற்றல் வாய்ந்ததுதான் இணையம்.

இணையத்தில் தமிழ் கற்பித்தல்

தமிழ்மொழியினை ஆரம்பக் கல்வி முதல் ஆராய்ச்சிக்கல்விவரை படிப்பதற்கான வாய்ப்புகள் இணையம் வழியாக குவிந்து கிடக்கின்றன். தமிழ் கற்க வேண்டும் என்று விசைப்பலகையில் தட்டச்சு செய்து கூகுளில் (இணையம்) உள்ளீடு செய்தால் ஆயிரமாயிரம் தளங்கள் தமிழ் மொழி கற்றுத்தர ஆயத்தமாகி நிற்கின்றன.

தமிழ் மொழியின் உயிர், மெய், உயிர்மெய் என வரிசைப்படுத்தி அறிமுகம் செய்து, எழுதும் முறைமை, உச்சரிக்கும் முறையையும் ஒளி, ஒலிப் பல்லூடகக் காட்சிகளாக திரையில் தெரிகிறது. இதன் மூலம் உலகில் எந்த நாட்டில் இருப்பவரும் நம் தாய்மொழியை மிக எளிதாக இணைய உதவியுடன் கற்று , உற்று, உணரமுடியும்.

தமிழ் மென்பொருள்கள்

கணினியில் முதன்முதலில் ஆங்கில மொழியை பயன்படுத்தும் அளவிலேயே சாஃப்ட்வேர்கள் அமைந்திருந்தனர் 1983–84 காலகட்டத்தில் கணினி வல்லுநர்கள் தமிழ் மொழியையும் கணினியில் புகுத்த திட்டமிட்டு அதற்கான முயற்சி ஈடுபட்டனர். அதேபோல ஆவணங்கள் வரைதல்கள் கணக்குகள் என்று பலதரப்பட்ட சிறப்பு இயக்கத்திற்கும் ஆங்கில மென்பொருளை உருவாக்கப்பட்டுள்ளன. அவற்றை அப்படியே தமிழிலும் கொண்டு வருவதற்கான தமிழ் கணினி வல்லுநர்கள் ஆதமி என்ற சாப்ட்வேரை முதன்முதலாக உருவாக்கினார்கள்.1984 ஆம் ஆண்டு கனடாவில் வாழும் சீனிவாசன் என்பவரால் இந்த சாப்ட்வேர் உருவாக்கப்பட்டது.

தமிழ் எழுத்துருக்கள்

பாமினி, அவ்வையார், செந்தமிழ், லதா, கபிலன், பூபாலம், போன்ற எண்ணிலடங்கா எழுத்துருக்கள் இணையத்தின் வாயிலாகப் பதிவிறக்கம் செய்து தமிழ் நூல்களை அச்சேற்றம் செய்யலாம் விரும்பியவடிவில் எழுத்துக்களை மாற்றம் செய்துகொள்ளவும் இணையம் துணை புரிந்து வந்தது.ஆனால் எழுத்துருக்கள் வேறுபட்டு இருந்தால் பல பிரச்சனைகள் இருந்தன. இப்பிரச்சனைகளை தமிழ் மொழி மட்டுமில்லாமல்,உலகின் பல மொழிகளும் சந்தித்தன. இப்பிரச்சனைகளைக் களைவதற்காக தொழில்நுட்ப நிறுவன ங்கள் கையாண்ட முறை ஒருங்குறி எழுத்துரு ஆகும்.

ஒருங்குறி

ஒருங்குறி எழுத்துரு என்பது யுனிவர்சல் கோடட் கேரக்டர் செட் (யுசிஎஸ்)–ல் இருந்து எழுத்துக்களை உள்ளடக்கியது–பல மொழிகளிலிருந்து எழுத்துகள் மற்றும் கிளிஃப்களின் விரிவான தொகுப்பு–அந்த எழுத்துகள் இயங்குதளங்கள் மற்றும் அமைப்புகளில் ஒரே மாதிரியாக இருப்பதை உறுதிசெய்யும் வகையில் குறியிடப்பட்டது. ASCII எழுத்துரு போன்ற ஒருங்குறி அல்லாத எழுத்துரு, ஒரு குறிப்பிட்ட மொழி அல்லது எழுத்து குறியாக்கத்திற்கு குறிப்பிட்டது மற்றும் எழுத்துகளின் சிறிய துணைக்குழுவை மட்டுமே கொண்டுள்ளது. இது ஆங்கிலத்தில் அழகாகத் தோன்றலாம், ஆனால் நீங்கள் மொழிபெயர்ப்பின் அடிப்படையில் நினைத்தால் அது மிகவும் வரம்புக்குட்பட்டதாக இருக்கும். எடுத்துக்காட்டாக, ஆங்கிலத்தில்

உச்சரிப்பு எழுத்துக்கள் இல்லாததால் ASCII எழுத்துருவைப் பயன்படுத்தி உங்கள் உள்ளடக்கத்தை மொழிபெயர்க்கும்போது, எந்த உச்சரிப்பு எழுத்துகளும் தோன்றாது. அந்த சமயங்களில், விடுபட்ட எழுத்து பெரும்பாலும் கேள்விக்குறியாகவோ அல்லது சதுரப் பெட்டியாகவோ உரையில் தோன்றும்.

இது தொழில்சார்ந்ததாகத் தோன்றுவது மட்டுமல்லாமல், அவற்றில் போதுமான அளவு இருந்தால், அது உரையைப் படிக்க முடியாததாக மாற்றும். ஒரு ஒருங்குறி எழுத்துருவில் சாத்தியமான அனைத்து ஒருங்குறி எழுத்துக்களையும் சேர்க்க முடியாது என்றாலும், UCS இல் தற்போது 136,000 எழுத்துக்கள் உள்ளன, 1.1 மில்லியனுக்கும் அதிகமான இடங்களைக் கொண்ட ஒருங்குறி எழுத்துருக்கள் முடிந்தவரை விரிவானதாக இருக்க முயல்கின்றன மற்றும் நிச்சயமாக அதை விட பரந்த அளிவிலான எழுத்துக்கள் உள்ளன. ஒருங்குறி அல்லாத எழுத்துருக்கள். ஒருங்குறி அல்லாத எழுத்துருக்களும் இயங்குதளம் சார்ந்ததாக இருக்கலாம், அவற்றின் பயனை மட்டுப்படுத்துகிறது. ஒருங்குறி எழுத்துருக்கள் Windows, Mac மற்றும் பிற இயக்க முறைமைகளில் வேலை செய்கின்றன, எனவே நீங்கள் மொழிபெயர்க்கப்பட்ட உள்ளடக்கத்தை எளிதாகப் பகிரலாம் அல்லது மீண்டும் பயன்படுத்தலாம். விண்டோஸ் இயங்குதளத்தின் பன்முகத்தன்மையை யாராவது விரும்பினாலும் அல்லது ஹார்ட்கோர் ஆப்பிள் ரசிகராக இருந்தாலும் பரவாயில்லை, யூனிகோட் எழுத்துருவைப் பயன்படுத்தி மொழிபெயர்க்கப்பட்ட ஆவணம் வேலை செய்கிறது.

தமிழக அரசும் பல தனியார் நிறுவன ங்களும் பல்வகை ஒருங்குறி எழுத்துருக்களை தமிழுக்கு அறிமுகம் செய்துள்ளன. அவற்றின் தொகுப்பும்,பயன்படுத்தும் முறையும் தமிழ் இணையப் பல்கலைக் கழகத்தின் இணையத்தில் இலவசமாக கிடைக்கின்றன. தமிழில் ஒருங்குறி எழுத்துக்களைப் பயன்படுத்துவது தமிழை இன்னும் அதிக அளவு இணையத்தில் எடுத்துச் செல்ல உதவும்.

இணையத்தின் வழி தமிழ் கற்பிக்கும் பணி

ஆசிரியை ஆதிக்கத்திலும் கட்டுப்பாட்டிலும் முறை இன்று மாணவர்கள் மையப்படுத்தி மாணவரின் கற்றல் சிந்தனையை உலகப்போக்கு கற்றல் திறன் சூழல் வாய்ப்பு இவற்றை அடிப்படையாகக் கொண்டு கற்பித்தல் ஆர்வத்தையும் தன்னம்பிக்கையும் தானே தன்னை மதிப்பீடு வழங்கும் தன்மை கொண்டது இனியவதி கல்வியும் கட்டணம் ஆகும் இணையமும் இனிய தமிழகம் பக்கம் 34 என்ற மேற்கோள் என் மேற்கோள் வழி இணைய வழி கல்வியின் சிறப்பை அறியலாம்.

முடிவுரை

யாதும் ஊரே யாவரும் கேளிர் என்ற கணியன் பூங்குன்றனாரின் கனவு இணையத்தின் வழி சாத்தியமாகியுள்ளது .இணையம் உலகம் முழுவதையும் இணைக்கின்றது. இணையத்தின் மூலம் தமிழ் உள்ள மொழியியல் கூற்றுக் கோட்பாடுகளையும் மொழியின் பிற சிந்தனைகளையும் உணர முடிகிறது. .அது கற்பதற்கும் கற்பிப்பதற்கும் எளிதாகிறது .

Impact of Technology in Education

Dr.K. Sounthara Priya,
Assistant Professor of Commerce, The Standard Fireworks Rajaratnam College for Women, Sivakasi.
Dr.A.Josephine Stella,
Assistant Professor of Commerce(CA), The Standard Fireworks Rajaratnam College for Women, Sivakasi.
Mrs.M. Govindammal,
Assistant Professor of Computer Applications, The Standard Fireworks Rajaratnam College for Women, Sivakasi.
Dr.A.Sathya,
Assistant Professor of Commerce, The Standard Fireworks Rajaratnam College for Women, Sivakasi.

Introduction:

Technology plays an important role in every sphere of life. Several manual tasks can be automated. Also, many complex and critical processes can be carried out with ease and greater efficiency with the help of modern technology. Technology has revolutionized in the field of education. The importance of technology in schools and colleges cannot be ignored. In fact, with the onset of computers in education, it has become easier for teachers to impart knowledge and for students to acquire it. The use of technology has made the process of teaching and learning in convenient manner. The education sector is facing many challenges nowadays. We live in a world where frequent changes occur in all sectors. The biggest instance is the corona pandemic. Covid–19 has changed the whole world. Due to lockdown, everyone is working from home online. Students, educators, and all are working hard so that learning continues. This pandemic has brought a new model of learning, which is online for people. When ICT is integrated into lessons, it helps to improve more engaged in studies and knowledge retention. This is because technology provides different opportunities to make it more fun and enjoyable in terms of teaching the same things in different ways

Importance of Technology in Education

Due to COVID – 19, all schools are closed in the academic year 2019–20. Due to the COVID–19 crisis, all students are restricted to their home and they have no access to the classroom in school and colleges. There are few opportunities for them to engage with academic content and practice during the extended emergency break in schooling. When students, especially younger ones are confined to the home for a long duration of time without regular schooling in a situation similar to the summer break, there is a significant risk of regression in academic proficiency to happen for a large number of students during this period. Without access to learning content, practice and suitable remediation a significant learning gap may be observed when the students return to school at the end of the lockdown crisis. This could potentially have a measurable negative impact on student academic performance across students of all age groups in the upcoming academic year. The amount of time needed for teachers to bridge the gap to grade of students may also significantly affect the progress of dissemination of academic content planned for the academic year. The trend of online education has brought about a change in the role of educators will become a facilitator. The teachers these days are expected to assist students to utilize the online learning tools effectively so that they become experts in self–learning. This sudden change in the teaching– learning methodology has created confusion amongst educators due to lack of experience and absence of effective ways for interaction. The students also face problems like technical barriers, blended learning, lack of motivation and no classroom structure.

Evolution of ICT in Education

ICT created an enormous growth over the past years in the filled of education. It has changed many aspects in the teaching and learning process as it affects the educational system, educational. Learning environment, teaching methods and the way the students learning. The ICT used in Learning and Evaluation Process are used in many ways like WhatsApp Group, Google classroom, Google Meet, Google Forms, YouTube

Channel, Lecture Capturing System and Remote access–Online Library system. The benefits of using educational technology also include the improvement of learners'mental and physical health. By using these tools, students are able to enhance their learning and their cognitive skills, which in turn helps them improve their academic performance as well as their physical health. With numerous benefits to offer, digital learning has become an important part of the education system. Information and communication technology (ICT) brings in multiple benefits for digital learning and student–centric engagement. The ICT trends in education shaped the schools and universities to implement the latest in education technology in order to improve the teaching and learning process.

Problems faced by the Students during Online Education

Students have to weather through a set of unique problems and challenges caused by the Covid 19 pandemic. A student generally feels comfortable in a classroom as he is in the company of his friends and peers. In case of online education delivery, this is not possible as the camera has a clear view of the student which can be seen by the teacher. Further, the many students have complained that the online education system has created a stressful environment for them in their homes as the active observation of the teacher on the student, the workload to be completed from the home and the absence of friends force them to study in an environment that is not conductive for them to study in peace. However, not everyone is as smart or daring enough to resort to this method to fool the teacher and therefore, students are forced to study in a stressful environment. In addition, a few students due to their economic or social condition may not be in a state to afford internet enabled smartphones and computers. This has caused them to miss out on the content being delivered to their friends, which may cause them to suffer during

the examinations

Initiatives by the Government to Promote Online Education

The Government has taken various steps to provide online education amidst COVID–19 pandemic. These include PRAGYATA Guidelines on Digital Education, Internet access under

BHARAT NET scheme. PRAGYATA Guidelines on Digital Education keeping in view the availability of digital infrastructure, guideline briefs on various modes of digital education including online mode that depends more on availability of internet, partially online mode that utilizes the blended approach of digital technology and other offline activities, partial and offline mode that utilizes television and radio as a major medium of instruction of education. Internet access under BHARAT NET scheme has been made available to Government institutions and to improve the internet connectivity in rural areas the CSC e–Governance Services India Ltd (CSC– SPV) of MEITY has been assigned the task of providing Fibre to the Home (FTTH) connectivity to the Government Institutions, including schools. This project is for providing Internet connection to Government schools in respective Gram Panchayats. Accordingly, the state governments have been directed to act based on the situation prevailing at every place to meet the demands of all students for providing them with the digital access required for learning digitally. In order to enable online education benefit to the children of every category and teachers, Learning Enhancement Guidelines have been issued. Tamilnadu Government is pioneering the use of digital technology to improve governance, to empower teachers and to enhance resource utilization leading to excellent student outcomes. In this direction, efforts have been made to promote digital learning so that the students as well as teachers can continue to improve their learning and teaching skills respectively by making best use of the available digital platforms. With these aspects in mind, the School Education Department of Government of Tamil Nadu has launched several initiatives supporting the students and teachers during the lockdown. These initiatives are focused on continuously engaging teachers and students by creating multimodal learning opportunities.

The list of major e–learning initiatives provided by the School Education Department inresponse to the current crisis is as follows.

- E–Learn Platform for Students
- TN–DIKSHA for Students & Teachers
- Kalvi Tholaikatchi (Television Channel for Students)
- TNSCERT YouTube channel
- Facebook – Workplace
- Student Mental Wellbeing in Partnership with UNICEF
- **Tamil Nadu Vagupparai Nokkin (Classroom Observation module)**
- **NEET – Online Practice tests & Crash Course**

Tamil Nadu's content creation, practice and assessment questions have been much appreciated and termed pioneering. The report on remote learning initiatives across the country praised the State's use of television to provide education. The State using Kalvi TV for classroom teaching. Kalvi TV has since taken off in the State. The State has provided online practice tests with detailed analysis for aided and government school students preparing for the NEET entrance test. The QR code provision in books and over 14,000 resources for Classes 1 to12 in both Tamil and English medium are available online. Students can also access over 500 science experiments and over 1,000 videos related to the curriculum. A cascading WhatsApp network daily enables students to revise course content in smaller chunks. For teachers too, professional development courses are offered. They are expected to **contribute,** and a repository of content is built. Contributing teachers are also **recognized** for their efforts through digital certificates.

Benefits of Gamification to Education:

Conclusion

Online Education is good news, but at its initial stage it poses certain threats to students as well as staffs. Attitude change and technological literacy would help them gain confidence inorder to succeed in their courses with a positive vibe. Online education being the latest wave ofeducation, is already having a fair show despite posing challenges for both staffs and students.While staffs need to put in intensive work and time to design the instruction, students need toequip themselves with technical proficiency to decode the course material. Although students aregenerally tech savvy, and thus able to manage computers well, lack of computer literacy is amajor issue among students today. However, a few opportunities that can be gained from theonline education which can benefit the student and the teacher in the long run. The opportunitiesto explore new learning applications and platforms during the class, which helped them to develop new skills and capabilities accelerating their growth trajectory. Online learning hashelped students to become independent learners before they make their way into the real world.

References

1. Venkataraman.S and Manivannan.S, (2018), Teacher Trainers' Attitude Towards using Technologies, International Journal of Environment, Ecology, Family and Urban Studies (8), 5, 47-52.

Pravat Kumar Jena (2020) International Journal of Current Research, Vol. 12, Issue, 07, pp.12582-12586, July, 2020

Journal of Critical Reviews, ISSN- 2394-5125, Vol. 7, Issue 11, 2020

The Hindu, August 12, 2020.

www.journalcra.com

www.unicef.org/northmacedonia/stories/learning-online-problems-and-solutions

www.indiaeducation.net/online-education/articles/what-is-online-education.html

ugcnetpaper1.com/education-in-ancient-india

கலாச்சாரக் கல்வியில் கணினியும் மொழியும்

கு.திலகவதி

முனைவர் பட்ட ஆய்வாளர்
கருப்பண்ணன் மாரியப்பன் கல்லூரி
முத்தூர்,தமிழ்நாடு,இந்தியா.
அலைபேசி:8056424799
மின்னஞ்சல்: 1234vathi@gmail.com

தி.நா.கிருஷ்ணமூர்த்தி

தலைமைப் பொறியாளர் & நிர்வாகி
அந்தமான் இலச்சத்தீவுகள் துறைமுகம்
போர்ட் பிளேயர்.
அலைபேசி: 9531835258

ஆய்வுச் சுருக்கம்:

கணிணி பயன்பாடு என்பது திரும்பத் திரும்ப ஒரே வேலையை செய்வதிலிருந்து, நமக்கு விடுதலை தருகின்ற ஒரு சேவையை தருகின்றது. அதனை அலுவலகப் பயன்பாட்டிற்கு மட்டும் இல்லாமல் மொழி சார்ந்த செயல்பாடுகளுக்கும் பயன்படுத்த முடிந்தால் அது மொழியின் வளர்ச்சிக்கான பாதையாக அமையும்.தமிழின் மிகச் சிறந்த,நாற்கவிகளுள் ஒன்றான சித்திரக் கவியைப் பொறுத்தவரை மரபில் பாடல் எழுதுவதோடு மட்டுமின்றி குறிப்பிட்ட வகையான ஓவியத்தோடுப் பொருந்தச் செய்வது இன்றியமையாதது. பலமுறை முயற்சித்தே அது முழுமையாக்கப்படுகிறது.அதனால் சலிப்பு தட்டுவது தவிர்க்க இயலாத ஒன்றாகிவிடுகின்றது. இந்தக் காரணம் கொண்டே புதிய கவிஞர்கள் பலர் சித்திரக்கவி எழுதுவதில் ஆர்வம் குறைந்து வருவதையும் காண முடிகிறது. எனவே சித்திரக்கவியையும் நாம் கணினி பயன்பாடு கொண்டு எழுது முயற்சித்தால், எதிர் வரும் காலத்தில் பல சித்திரக் கவிஞர்கள் உருவாக வாய்ப்பாக அமையும்.. மேலும் இன்றைய இளைஞர்கள் பலரும் கணினியோடு இணைந்து இருப்பதால் இளைஞர்களுக்கும் சித்திரக்கவி என்ற தமிழ் அமுதினை இனிதே பருகிட ஒரு வாய்ப்பாகவும் இது அமையும். இந்த வகையில் சித்திரக்கவியை நம் பலரின் பயன்பாட்டில் இருக்கும் மைக்ரோசாஃப்ட் எக்ஸெல் என்று மென்பொருள் வசதியைப் பயன்படுத்தி சித்திரக்கவியினைப் படைக்கும் வழிமுறையைக் காட்டுவதாக இக்கட்டுரை அமைகிறது.

பயன்பாட்டுச் சொற்கள்:

சித்திரக்கவி,கூடசதுக்கம்,கணினி,எக்செல்,மொழிப்பயன்பாடு.

Abstract:

Computer application provides a service that frees us from doing the same work over and over again. If it can be used not only for office use but also for language-related activities, it will be a path for the development of the language. For the pictorial poet, one of the best quatrains of Tamil, it is essential to match the tradition not only with songwriting but also with a specific type of painting. It is perfected after repeated attempts, so boredom becomes inevitable. Due to this reason, many new poets are losing interest in pictorial writing. So if we try to write chitrakavi using computer, it will be an opportunity to create many chitrakavi poets in the coming time.. And since many of today's youth are connected with computer, this will also be an opportunity for the youth to enjoy the Tamil nectar of chitrakavi. In this way, this article shows the method of creating a graphic poem using the software called Microsoft Excel, which is used by many of us.

முன்னுரை:

உலகில் மனிதன் தனக்கென கலாச்சாரம் பண்பாடு போன்றவற்றை உருவாக்கி பாதுகாத்து வருகிறான்.நாகரிகமாக வாழும் மனிதன் உணவு,உடை,உறையுள் இவற்றினால் மட்டும் மன அமைதி அடைவதில்லை.அவற்றிற்கு மேலாக கலைகளைப் படைத்து அவற்றிலும் அறிவார்ந்த செறிவார்ந்தக் கருத்துக்களால் வளமூட்டி அதன் பெருமையை உலகறியச் செய்கிறான். ஒரு குறிப்பிட்ட கலாச்சாரத்தின் பெருமையில் மொழி முக்கிய பங்கு வகிக்கிறது. தமிழ் மொழியின் சிறப்பு வாய்ந்தப் பகுதியாக சித்திரக்கவி அமைகிறது.பார்ப்போரை பரவசமடையச் செய்யும் சித்திரக்கவிகள் எழுதுவது கடினம். குறிப்பிட்ட படவடிவுகளை உருவாக்கி ,யாப்பமைதியுடன் ஓவியத்தில் பொருந்துமாறு கவிதைகளைப் படைப்பது சித்திரக்கவி. இதன் கடினத் தன்மைக் கருதியே இதன் வளர்ச்சிக் குறைந்து போனது. "தமிழ் வளம் அருகியுள்ள இந்நாளில் சித்திரக்கவி திறம்படப் பாடுவார் சிலரே" (சித்திரக் கவி மாலை –அணிந்துரை)என்று திரு.வி.க அவர்கள் காலத்திலேயே குறிப்பிட்டு இருக்கின்ற நிலையில் இன்றையக் காலகட்டத்தில் விரல் விட்டு எண்ணும் அளிவிலேயே சித்திரக்கவி படைப்பாளர்கள் இருப்பதைக் காணமுடிகிறது. அதனை சற்று எளிமைப் படுத்த தற்போது சில கவிஞர்கள் முயன்று வருகிறார்கள்.சொற்களில் இனிமையும், எழுதுத்தில் எளிமையும் கொண்டு எழுதுவதோடு தொழில் நுட்பத்தையும் இணைத்துக் கொண்டால் தமிழின் சிறப்பை அடுத்த தலைமுறைக்கு எளிதில் கொண்டு செல்ல முடியும் . கணினியின் முக்கியப் பயன்பாடான எக்செல் லில் சித்திரக்கவி எழுதும் வகையினை இக்கட்டுரை விளக்குகிறது.

சித்திரக்கவி:

"ஆசு மதுரஞ் சித்திரம் வித்தார மாகு

நாற்கவி யறையுங் காலே

(முத்து வீரியம் 55)

ஏழாம் நூற்றாண்டில் வாழ்ந்த திருஞான சம்பந்தரே சித்திரக் கவிக்கான முன்னோடியாவார். கி.பி.பதினாறாம் நூற்றாண்டில் தோன்றிய மாறனலங்காரம் சொல்லணியியலில் இருபத்தாறு வகையான சித்திரக் கவிகளைக் கூறுகிறது."வல்லின மெல்லின மிடையினப் பாட்டே....

பழிதீர் மடக்குடைச் சித்திரப் பாவே"

(மாறனலங்காரம் –270)

தண்டியலங்காரம், வீரசோழியம்,இலக்கண விளக்கம்,சுவாமிநாதம்,குவலயான்ந்தம் போன்ற நூல்களும் சித்திரக்கவிக்கான இலக்கணம் தருகின்றன.

வெண்பாப் பாட்டியல்:

வெண்பாப் பாட்டியல் சித்திரக்கவி எவ்வாறு அமைய வேண்டும் என்பதையும் தெளிவாக எடுத்துக் கூறுகிறது

."யாப்புடைய மாலைமாற் றாதியா வேனையவும்

வாய்ப்புடைய சொல்லின் வகுத்தமைத்து–நீப்பிலா

வண்ணமுந் தொன்னூன் மரபு வழுவாமற்

பன்னுவது சித்திரத்தின் பா"

(வெண்பாப் பாட்டியல் 2.செய்யுளியல்.4)

யாப்பமைதியுடன் ஓவியங்களில் எழுதப் படும் சித்திரக்கவி வகைகளுள் முக்கியமான ஒன்று கூட சதுக்கம்.

கூடசதுக்கம்:

கூடம்-மறைவு :சதுக்கம்-நான்கன் கூட்டம். மாறனலங்க்காரம் இதனை கூட சதுர்த்தம் என்கிறது.

நாலடியால் ஆன ஒரு செய்யுளின் நான்காம் அடி ஏனைய மூன்று அடிகளை மேனின்று கீழிழிந்தும் ,கீழ்நின்று மேலேறுவதுமாக எழுதி முடித்த வரி மூன்றிடை மறைந்து நிற்பது கூட சதுர்த்தம் எனலாம்.ஒரு செய்யுளின் ஈற்றடியில் அமைந்துள்ள எழுத்துக்கள் ஏனைய மூன்றடிகளிலும் மறைந்து நிற்கும் வகையில் அமையும் பாடல் என்றும் குறிப்[பிடுவர்.

"பாடலின் நாலாம் பதம்பொறி வரியிடைக்

கூடமுற் றதுவே கூடசதுர்த்தம்"

(மாறனலங்காரம் 293)

".பின் அடி எழுத்துஏனை அடியின்

விழுந்து அடங்கல் கூடச்சதுக்கம்

சுவாமிநாதம்,197)

உதாரணப் பாடல்:

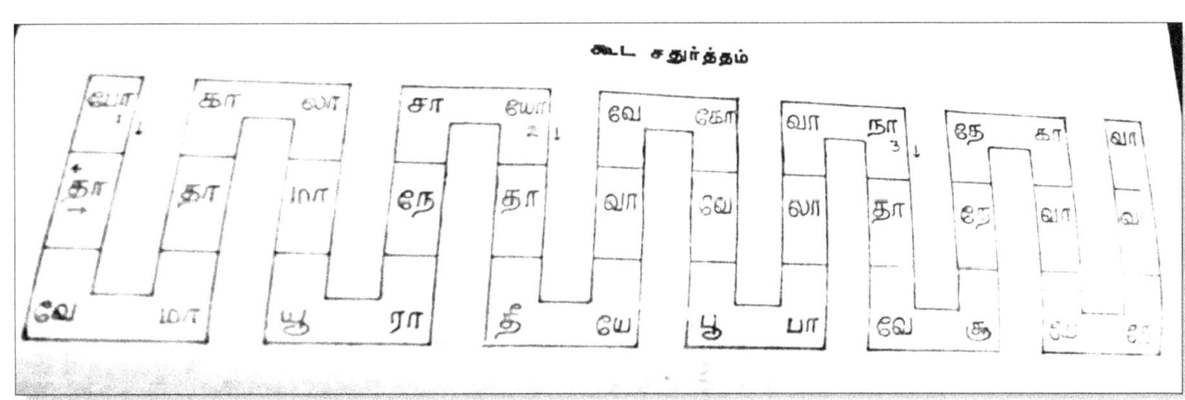

போதாவே மாதாகா லாமாயூ ராநேசா

யோதாதி யேவாவே கோவேபூ பாலாவா

நாதாவே சூதேதே காவாயே தேவாவா

தாதாமா நேதாவா வேலாதா தேவாவா

(கந்தன் சித்திரபந்தன மாலை 31)

நான்காவது அடி மூன்றடிக்குள் அமைந்திருப்பதைக் காணலாம்.தற்காலத்தில் சித்திரக் கவி எழுதுபவர்களில் பாட்டரசர்.கி.பாரதிதாசன் அவர்கள் மிக எளிமையான சித்திரக் கவிகளைப் படைத்திருக்கிறார்.

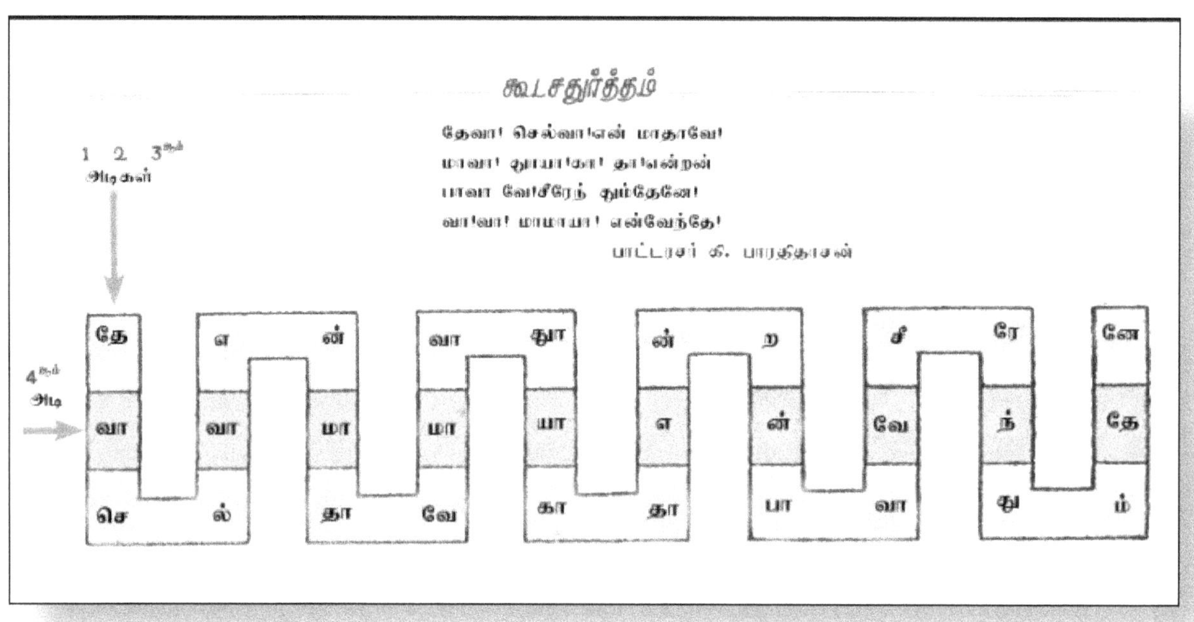

சித்திரக்கவிகளை எளிமைப்படுத்தி எழுதுவது அவசியமாகிறது.சொற்களில் எளிமை எவ்வளவு அவசியமோ அதே அளவு தொழில்நுட்பமும் அவசியமாகிறது. அவ்வகையில் சித்திரக்கவிகளை எக்செல் வழியாக எழுதுவது சுலபமானதாகிறது.

எக்செல் மூலம் சித்திரக்கவி

கூட சதுக்கம் தயார் செய்யும் பொருட்டு, முதலில் நான்கு அடிகளை உடைய கவியினை எழுதிட வேண்டும். அதில் நான்காவது அடி மட்டும் சித்திரக்கவியின் நடுவே வருகின்ற அடியாகவே அமையும். ஆனால் மற்ற மூன்று அடிகளும் சித்திரக்கவியின் மேலிருந்து கீழே இறங்கி, வலது புறம் சென்று, மேலும் மேலே சென்று மீண்டும் வலதுபுறம் சென்று கீழே இறங்கி வலது புறம் சென்று இப்படியாக படத்தில் காட்டியபடி அமைந்திருக்க வேண்டும். இதனை அமைப்பதற்காக பலமுறை பல எழுத்துக்களை, சொற்களை, சீர்படுத்த வேண்டிய தேவைகள் ஏற்படும். அதனை மிகவும் எளிமையான முறையில்

கணினியைப் பயன்படுத்தி செய்துவிடலாம்.

	A	B	C	D	E	F	G	H	I	J	K	L	M
1	பூமுக உருவ ம்காட் டிபாடி												
2	யதமி ழும்கே ள்தொல் காட்டி												
3	ஆடுரை யேபோல் நிற்க பொறியே												
4	முருகா பாதம் தொட்டு போற்றி												
5													
6	பூ	வ	ம்	டி	ய	கே	ள்	டி	ஆ	ல்	நி	யே	
7	மு	ரு	கா	பா	த	ம்	தொ	ட்	டு	போ	ற்	றி	
8	க	உ	ட்	டி	மி	ழு	ல்	கா	ரை	யே	க	பொ	
9													
10													

மைக்ரோசாப்டின் எம் எஸ் எக்செல் பொதுவாக கணக்கு வழக்குகள் செய்வதற்காகவே பயன்படுத்தப்பட்டு வருகின்றது. ஆனால் அதே வசதியை வைத்துக்கொண்டு இன்ன பிற பயன்பாடுகளும் செய்யலாம். இதே வகையில்தான் இந்த சித்திர கவிதையும் எழுத அதனை பயன்படுத்தினோம். கூடச் சதுக்கம் என்ற வகை சித்திர கவியில் நாம் கவனிக்க வேண்டிய ஒரு அடி என்னவென்றால், பாடலில் வரும் நான்காவது அடி. அதாவது அந்த பாடலில் வரும் நான்காவது அடி, சித்திரக்கவியின் நடுவில் வர வேண்டும். அப்படி நடுவில் வருகின்ற அடியை மட்டும் ஒவ்வொரு கட்டத்திலும் ஒவ்வொரு எழுத்தாக அமைத்துவிட்டால் நாம் சித்திரக்கவியினைப் நிறைவு செய்வது என்பது எளிதான காரியமாக அமைந்துவிடும்.

ஒருவழியாக சித்திரக் கவி வடிவில் நாம் அதனை எழுதி விட்டோம். ஆனால் அதனை கவிதையின் வடிவமாக பார்ப்பது எப்படி? அதுவும் நம்மால் சுலபமாக செய்ய இயலும் இதே எம்எஸ் எக்சல் உதவியுடன். இரண்டு கட்டங்களில் இருக்கின்ற செய்திகளை இணைப்பதற்கான வசதி இருக்கிறது. இதனை கண்காடினேட் என்ற வசதி மூலம் செய்யலாம். இரண்டு செல்களில் இருக்கின்ற எழுத்துக்களை, வார்த்தைகளை நம்மால் இணைக்க இயலும். உதாரணமாக பூ, மு, க என்ற மூன்று எழுத்தும் தனித்தனி அறையில் இருக்கின்றன. அந்த மூன்று எழுத்தையும் நாம் ஒன்றாக இணைக்க இயலும். அதன் பிறகு இடைவெளியையினை உண்டாக்க ஏதுவாக டபுள் கோட் என்ற குறியீடு பயன்படுத்தி நாம் செய்துவிடலாம்.

=CONCATENATE(A6,A7,A8," ",B8,B7,B6," ",C6,C7,C8," ",D8,D7,D6) இப்படியாக செய்திட வேண்டும்.

இது பார்ப்பதற்குக் கடினமானது போல் தெரிந்தாலும், செய்வது மிக எளிது. சித்திரக்கவியை எழுதி அதனை கவிதையாகவும் நாம் மாற்றிவிட இயலும். இந்த வகையான வடிவத்தை உருவாக்கி சேமித்துக் கொண்டால் எந்தக் கவிதையையும் இதில் எழுதிவிடுவது சுலபம் ஆகும்.ஏற்கனவே கணினியில் எழுதப்பட்ட ஒரு சித்திரக்கவியில் எழுத்துக்களை மாற்றி புதிதாக சிந்தனைக்கு ஏற்றபடி கவிதையை எழுதி படத்தில் சேர்க்க இயலும்.

முடிவுரை:

தமிழ் மொழியின் தொன்மையான கலாச்சாரமான சித்திரக்கவியின் சிறப்புகளை உலகிற்கு எடுத்து இயம்ப, தமிழின் தனிச் சுவையை அனைவரும் சுவைத்திட கணினியின் தொழில்நுட்பத்தைப் பயன்படுத்தி புதுமையாகவும்,எளிமையாகவும் கூடசதுக்கம் சித்திரக்கவி எழுதும் முறை இக்கட்டுரையில் விளக்கப்பட்டுள்ளது. வாருங்கள் தமிழின் சுவையினை அடுத்த தலைமுறைக்கும் எடுத்துச் செல்வோம் புதிய தொழில்நுட்பங்களுடன்.

துணைநூற்பட்டியல்:

1. முத்துவீரியம்,சுவாமிநாதம்,குவலயானந்தம்,,தமிழ் இலக்கண நூல்கள்,பதிப்பாசிரியர்,ச.வே.சுப்பிரமணியன்,மெய்யப்பன் பதிப்பகம்,சென்னை,,2007

.சித்திரக் கவிகள்,வே.இரா.மாதவன்,உலகத் தமிழாராய்ச்சி நிறுவனம்,சென்னை,1983.

சித்திரக் கவி களஞ்சியம்,பதிப்பாசிரியர் வ.ஜெயதேவன்,சென்னைப் பல்கலைக் கழகம்,2007.

சித்திரக்கவி திரட்டு,ஞானம் பாலச்சந்திரன்,ஞானம் பதிப்பக வெளியீடு,2016.

https://bharathidasanfrance.blogspot

.எளியமுறையில் எக்செல்,தி,நா.கிருஷ்ணமூர்த்தி,கணியத்தமிழ் வெளியீடு,2006,சென்னை.

கற்பித்தலுக்கான தொழில் நுட்பங்கள்

அப்துல் கையூம்
எழுத்தாளர்
த.பெ. எண் : 1341
மனாமா – பஹ்ரைன்
அலை[பேசி : +973 33769393

முன்னுரை :

"இன்று கல்விக்கூடம் வியாபார கேந்திரமாகி விட்டதை யாராலும் மறுக்க இயலாது. யாரோ ஒருவர் சொன்னது நினைவுக்கு வந்தது. "அரசு நடத்தவேண்டிய பள்ளிக்கூடத்தை தனியார் நடத்துகிறார்கள். தனியார் நடத்த வேண்டிய கள்ளுக்கடைகளை அரசு நடத்துகிறது".

கல்வி கற்பிக்கும் ஆசிரியர்கள் சிலர் வேண்டுமென்றே பாடசாலையில் நடத்த வேண்டிய பாடத்தை தவிர்த்து, தனிப்பயிற்சியாக நடத்தி ஆதாயம் தேட வேண்டி, சுயநலத்துடன் நடந்துக் கொள்ளும் அவலமும் ஆங்காங்கே நம் நாட்டில் இடம்பெறத்தான் செய்கின்றன.

கல்வியின் இன்றைய நிலையும் குழந்தைகளும்

பொதுவாக குழந்தைகள்தான் விளையாட்டுப் போக்கில் புத்தகங்களை கிழிப்பார்கள். கவிக்கோ அப்துல் ரகுமான் "புத்தகங்களே! குழந்தைகளை கிழித்துவிடாதீர்கள்" என்று கவிதை எழுதி பிஞ்சுக் குழந்தைகளின் மீது புத்தக பாரத்தை சுமத்துவதை சாடியிருந்தார்.

நவம்பர் 14, குழந்தைகள் தினத்திற்காக அவர் எழுதிய மற்றொரு கவிதை. "குழந்தைகளை விட்டுவிட்டு குழந்தைகள் தினத்தை நாம் கொண்டாடுகிறோம்" என்று மனம் வெதும்பினார்.

குழந்தைகள் தங்கள் எடையைக் காட்டிலும் அதிக எடை கொண்ட புத்தக மூட்டைகளை முதுகில் சுமந்துச் செல்வது அன்றாடக் காட்சி ஆகிவிட்டது. வீட்டுப்பாடம் என்ற போர்வையில் அவர்கள் இல்லத்தில் ஓடியாடி மகிழும் குழந்தைப் பருவமும் களவாடப்பட்டு விடுகிறது.

"ஓடி விளையாடு பாப்பா, நீ ஓய்ந்திருக்கலாகாது பாப்பா" என்று மீசைக்கவி பாரதி பாடியது நமக்கு நினைவிருக்கும். பின்லாந்து நாட்டில் ஒரு குழந்தை பள்ளியில் சேரும் வயது என்ன தெரியுமா? ஏழு. ஏழுவயதில்தான் கல்வி கற்கவே தொடங்குகிறார்கள். அதுவரை குழந்தைகள், குழந்தைகளாகவே இருக்கின்றனர். கல்வி ஓர் எளிமையான விளையாட்டு என்பது போலவே அவர்களுக்கு ஊட்டப்படுகிறது. இங்கு பால்மணம் மாறா பச்சிளங் குழந்தைகளையும் தானியங்கி மூவுருளி உந்து வண்டியில் புத்தக மூட்டையுடன் 'பரபர'வென்று இழுத்துவந்து திணித்து பள்ளிக்கு அனுப்புவதை நாம் பார்க்கிறோம்.

சந்தேகமே இல்லை, "கல்வியிற் சிறந்த தமிழ்நாடு" என்ற பாரதியின் கூற்று முற்றிலும் உண்மை. காலத்திற்கேற்ப கல்வி பரிணாமம் பெறுவது காலத்தின் கட்டாயம். அதை நாம் சூழ்நிலைக்கேற்ப செயற்படுத்த தவறிவிட்டோமோ என்ற ஐயம் நம் மனதில் எழுகிறது. இன்றைய சிறுவர்கள் நாளைய தலைவர்கள் என்பதை நாம் மறந்து விடலாகாது.

நவீனக் கல்வித் தொழில்நுட்பம்

பாடங்களை ஒப்பிக்கச் சொல்வதல்ல பாடசாலை. கற்பித்தலை, கவரும் வண்ணம் சொல்லித்தரும் தொழில் நுட்பமே இன்றைய தேவை. மாணவர்களுக்கு சலிப்பின்றி பாடம் சொல்லித் தருவதற்கு இன்றைய நவீன உலகில் எத்தனையோ வழிமுறைகள் உள்ளன.

இணையதளம் மூலம் ஆலோசனை வழங்குதல், நூலகங்கள் மூலம் ஆராய்தல், அறிவியல் தொழில் நுட்பத்தில் செயல்முறைகள், ஊடகங்களின் பயன்பாடு இவைகளின் மூலமாக சிறந்ததொரு கல்வி முறையை நம்மால் நம் மாணவச் செல்வங்களுக்கு வழிவகுத்து செயல்படுத்தி தர இயலும்

1) விரிவுரை முறை (Lecture Method)

இது காலங்காலமாக நடைமுறையில் இருக்கும் முறை

2) குழு முறை (Group activity)

மேலை நாடுகளில் இம்முறை பெரிதும் ஊக்குவிக்கப்படுகிறது

3) வினாவுதல் முறை (Questioning Method)

கற்பித்த பாடங்களை மாணவர்கள் எவ்வளவு தூரம் கிரகித்து வைத்திருக்கிறார்கள் என்பதை அறிந்துக் கொள்ள முடிகிற நுணுக்க முறை.

4) வினா விடை முறை (QUIZ)

புறநிலைக் கேள்விகளை ஆம்/ இல்லை என்ற எளிதான முறையில் தெரிந்துக் கொள்ள உதவும் முறை

5) ஒப்படை வழங்கல் முறை (Assignment methods)

பாடத்திட்டத்தை அடிப்படையாகக் கொண்டு தனியாகவோ அல்லது கூட்டாகவோ முன்வைத்து செயற்திட்டமாக நடைமுறைப்படுத்தும் முறை

6) கண்டறிதல் முறை (Discovery methods)

ஏதாவதொரு தற்போதைய நிகழ்வு அல்லது நடைமுறை சம்பவத்தை தலைப்பாக தேர்ந்தெடுத்து, அதனை பகுப்பாய்வுக்கு உபட்படுத்தி, அதற்கான காரணிகளை கண்டறியச் செய்தல்

7) விளையாட்டு முறை (Playing methods)

கற்பித்தலை சலிப்புண்டாக்கும் வகையில் தீவிரமாக கற்பிப்பதைக் காட்டிலும், வகுப்பறைக்கு வெளியே விளையாட்டு முற்றத்தில் செயற்பாட்டு ரீதியில் படிப்பித்தல் மாணவச் செல்வங்களுக்கு உற்சாகத்தைத் தரும்; ஆர்வத்தை உண்டு பண்ணும்.

8) சிந்தனைக் கிளறல்–முறை (Brainstorming Method)

சிந்தனை ஆற்றலைத் தூண்டி, அவர்களை சுயமாக சிந்திக்க வைத்து அவர்களிடமிருந்தே தீர்வை பெறுவது

9) வெளிக் கள ஆய்வு (Field study)

வகுப்பறையைக் காட்டிலும் அனுபவ ரீதியில் களத்தில் தெரிந்துக் கொள்ள வேண்டிய பொதுஅறிவு நடைமுறை வாழ்வுக்கு மிகவும் முக்கியம்.

10) நுண்முறைக் கற்பித்தல் (Micro Teaching)

கரும்பலகையில் கற்பிப்பது மாத்திரம் கல்வியல்ல. நுண்முறை கற்பித்தல் வழியே மாணவர்களின் மூளைக்குள் அறிவை புகுத்த முடியும்

11) முன்வைத்தல் (Presentation)

மாணவர்கள் தாங்கள் கற்ற விடயங்களை அவர்கள் வாயிலாகவே முன்வைக்கச் செய்வது, அவர்களுடைய தொடர்புத் திறனை/ வெகுஜனத் தொடர்புத் திறனை அதிகரிக்கச் செய்யும்

12) போலச் செய்தல் (imitate):

மாதிரி ஒன்றை உண்டாக்கி செயற்பாட்டுத் திறன் மூலம் படைப்பாற்றலை வெளிக்கொணர்தல்

கல்வி முறை

கல்விமுறையை நாம் மூன்றாக பிரிக்கலாம்

1. வாழ்வியல் பாடங்கள், 2. தொழிற் பாடங்கள், 3. விருப்ப பாடங்கள்

இம்மூன்றுக்கும் ஏற்றவாறு தொடக்கத்திலிருந்தே மாணவர்களுக்கு விழிப்புணர்வு ஏற்படுத்தி, அவர்களைத் தயார் செய்வது நம் தலையாய கடமை.

என்னென்ன பட்டப்படிப்புகள் இருக்கின்றன என்பது பெரும்பாலான மாணவர்களுக்குத் தெரிவதில்லை. என்னென்ன துறைகள் உள்ளன?, எத்தனை விதமான மேற்படிப்புகள் உள்ளன? என்ற விவரம் அவர்களுக்கு சொல்லப்படுவதில்லை. இவ்விடயத்தில் பள்ளிப் படிப்பை முடித்துவிட்ட பின்பும் கிணற்றுத் தவளைகளாக மாணவர்கள் இருப்பதை நாம் காண்கிறோம்.

எதிர்காலத்தில் மாணவர்கள் எதைத் தேர்வு செய்து படிக்க வேண்டும் என்பதை 90 விழுக்காடு, பெற்றோர்களே தீர்மானிக்கிறார்கள். இந்நிலை மாற வேண்டும். அனைத்து பெற்றோர்களுக்கும் மூன்றே மூன்று குறிக்கோள்தான் மண்டைக்குள் ஆட்டிப் படைக்கின்றன.. தன் பிள்ளை மருத்துவராகவோ, பொறியாளனாகவோ அல்லது பட்டயக்கணக்காளனாக ஆக வேண்டும். அவ்வளவுதான்.

அதிகமான எதிர்ப்பார்ப்பை அவர்களுக்கு கொடுத்துவிட்டு அந்த எதிர்ப்பார்ப்பில் ஏதேனும் தடங்கல் வரும்போது அவர்கள் தங்கள் விலைமதிப்பற்ற உயிரையே மாய்த்துக் கொள்ளும் அசம்பாவிதங்களும் அடிக்கடி அரங்கேறத்தான் செய்கின்றன..

கல்விமுறைகள் – ஒரு ஒப்புமை

அயல்நாட்டு கல்வி முறைக்கும், இந்திய நாட்டு கல்வி முறைக்கும் ஏராள்மான வேறுபாடுகள் உள்ளன. நம் கல்வி முறையில் நாம், கோட்பாட்டில் (Theory) அதிக கவனம் செலுத்துகிறோம். படைப்பாற்றலை நாம் ஊக்குவிப்பதில்லை. தேர்வில் தேர்ச்சி பெற வைப்பதே ஆசிரியர்களின் குறிக்கோளாக இருத்தல் கூடாது. அவர்களுடைய செயலாற்றலை வளர்ப்பதற்கு முக்கியத்துவம் கொடுக்கப்பட வேண்டும்.

கல்விமுறை மேம்பாடு அடைய வேண்டுமெனில் பள்ளிகளுக்கு கூடுதல் நிதிகள் ஒதுக்கப்பட வேண்டும். கல்வி உபகரணங்கள் நவீன பல்லூடக (Multi Media) சாதனங்கள் வழங்கப்பட வேண்டும். பாரம்பரிய கல்வி முறையை மூட்டைக் கட்டி வைத்துவிட்டு பாடத்திட்டத்திலும் நவீனமுறை கையாளப் படவேண்டும். பாடத்திட்டத்தை வரையறுப்பவர்கள் மதச்சார்பற்ற, மொழி சார்பற்ற வகையில் பாடங்களைத் தேர்வு செய்ய வேண்டும். தாய்மொழி வாயிலாக கல்வி பயில்வது இழுக்கல்ல என்று உணர்த்தப்பட வேண்டும். கால

சூழ்நிலைக்கேற்ப தொழில்முறை கலைச்சொற்கள் புதிது புதிதாக அறிமுகம் செய்யப்பட்டு அதை பரவலாக்க வேண்டும்.

காட்சிவழிக் கல்வி (Visual Learning), செவிவழிக் கல்வி (Auditory Learning), செயல்வழிக் கல்வி (Kinesthetic Learning) – இம்மூன்றையும் பாடசாலைகளில் செயற்படுத்த வேண்டும்.

இன்று உலகமே கணினிமயமாகி விட்டது, இந்தியாவில் 5G அறிமுகம் செய்து விட்டோம் என்கிறார்கள். நம் ஊரில் பெரும்பாலான இடங்களிலும் இணைய வசதி உண்டு. ஆனால் சீரான இணைய வசதி இன்னும் வரவில்லை என்பதே நிதர்சனமான உண்மை. அரசு இதில் அதிக கவனம் செலுத்த வேண்டும்

அதேசமயம் வட இந்தியாவைக் காட்டிலும் குறிப்பாக தமிழ்நாட்டில் கல்வித்தரம் உயர்வாக இருக்கிறது என்பது எல்லோரும் ஒப்புக்கொள்ளும் உண்மை. படிப்பிற்கு பசி தடையாக இருக்கிறது என்று சொல்லி, இலவச மதிய உணவுத்திட்டம் கொண்டு வந்து மற்ற மற்ற மாநிலங்களுக்கு முன்னுதாரணமாக திகழ்ந்தது தமிழ்நாடு என்பது வெள்ளிடைமலை. அப்பேர்ப்பட்ட தமிழகம் கற்பித்தலிலும் தொழில் நுட்பங்கள் கொண்டு வந்து முன்மாதிரியாகத் திகழ்ந்து உலகோர் கவனத்தை ஈர்க்க முடியும்.

"மாற்றம் என்பது மானிட தத்துவம், மாறும் உலகின் மகத்துவம்" என்பது கவியரசர் கண்ணதாசனின் கருத்து. 'பழையன கழிதலும் புதியன புகுதலும் வழுவல கால வகையினானே' என்று அன்றே பகர்ந்து விட்டது பவணந்தி முனிவரின் நன்னூல் சூத்திரம். நம் தமிழகம், காலத்திற்கேற்ப மென்மேலும் மாற்றங்கள் கண்டு ,உலகத் தரத்திற்கு உயரவேண்டும் என்பதே நம் நல்லோருடைய விருப்பம்

A Survey on Education Through Technology in India

Ms. M.Varsha, BCA Student
Ms. S.Priyadharshini, BCA Student
GTN College, Dindigul.

Abstract:

The intervention of technology in almost every walk of life. It is unavoidable that digital technology will be used to combat COVID-19. Accepting this fact does not preclude education. Thanks to the numerous applications of AI (artificial intelligence) for education, the instructional world is becoming easier and more customized. The widespread accessibility of educational resources via computers and smart devices has altered the way individuals study. Using augmented reality in the classroom allows students to focus more on practice than simply theory and to make the learning process more participatory. eagerly anticipating the educational revolution, in which technologies that were predicted to one day be used in the field of education materialize and enlighten students' minds. During this survey, we target the newest trend and future predictions about tech-related AI and AR in education

Keywords: Education, Technology, Teaching, Revolution

Introduction

Some words by Nelson Mandela: education is the most powerful weapon which you can use to change the world. At this point, I'm hoping that some wise minds will confirm my prediction...From the blackboard to the blackhole, everything is now possible creatures. Imagine being able to observe the incredible sea between 650- and 3,300 feet depth without knowing how to swim or wearing any fancy suits, but simply by using your gadgets at your favorite location. We can't figure out any single person on this earth without a mobile phone, which is sarcastic in the 21st century. It's become a part of our lives or even a part of us. The change that has been made by technology in the education world is one of the most mind-blowing creations of man.

Previously, there was a theory in the field of education that if you wanted to learn something new, you had to go to a specific location at a specific time, but now if you have an interest, you can learn anything anywhere. "There is no bigger revolution in education than the implementation of technology." The question here is whether it truly helps the person develop his or her imagination or problem-solving skills in addition to learning a concept. For example, if the person trying to swim for the first time finds that just learning the ideas of how-to swim doesn't help, To overcome this, AI/AR gives a hand to brighten up the minds of students by enabling them to learn virtually, apart from mugging up from the book.

Review of Literature

Education has gone from passive and reactive to interactive and aggressive [1]. Teachers must be prepared to teach the "content of the future" using software, hardware, digital technology, and social media [2]. Schools that are expected to adapt to the digital age and embed 21st-century skills in their main agendas are some of the main institutions that could be most affected by the development of Artificial Intelligence[3]. AI applications can bring benefits to the teachers and the community by creating an individual curriculum for the student's specific needs [4].

Rather than adopting a "One size fit all "approach, the use of AI in education allows for tailored learning by positioning the learners at the center of the learning environments [5]. Baker and Smith(2019) pointed out that AI does not refer to a single technology but is defined as "Computers that perform cognitive tasks, usually associated with human minds, particularly learning and problem-solving" [6].In addition, intelligent computers are transforming society as computers and robots become more intelligent [7]. The future hold of AI in education includes three main forms personalization of performance, violation bias, and combined assistance[8].AR has been an active area of research in the educational setting as a supporting technology for learning and teaching processes [9].The goal of AR is to use 3D virtual objects as tools to enhance user's perception of, interaction with the real world by causing 3D virtual objects to appear seamlessly within the 3D environment of the real world [10].In AR pinching gesture can be used to grab a virtual object ,and provide a reliable and low–cost method of recognizing gesture [11].

Artificial Intelligence in Education Technology

Artificial Intelligence (AI) leverages computers and machines to mimic the problem and Problem–solving and decision–making capabilities of the human mind. So, with this performance of Artificial Intelligence, it is applied in many possible fields that include education too. With the rise of Artificial Intelligence in education, there are many ways it is being used to help students learn and teaches to change the teaching methods. There are several challenges that can be overcome by using AI– grounded tools. The preceptors must keep the pupil's grade report up to date by writing it on a record tablet. The combination of a schoolteacher's input and AI can grade essays, paper bhyt6fc s, and tests in seconds, indeed in different languages. With the help of this tool, preceptors can be enthralled by further value–grounded work rather than wasting hours in grading. To eliminate manual administration work in schools, colleges, and universities such as scheduling, rescheduling classes, marking attendance, finance and accounting, and record–keeping, an AI–based tool called admin tasks can be used.

Artificial Intelligence in future Educational System

AI technologies are going to be able to contribute at their simplest level within the future towards the varsity education system. The performance of AI in the future is foreseen. Even though humans don't seem to be at the turning purpose of substitution AI robots with human lecturers, AI–based applications, tools, and machines can play a good role in education.AI technology can produce a system that permits students to learn higher, quicker, and enhanced potency.AI can remodel college lecturers into schoolroom facilitators. But with this idea, the role of a tutor can never be underestimated whereas the teacher remains the foremost adult within the schoolroom, AI can play an Associate in Nursing helping role by handling advanced digital tasks for lecturers and students.

Augmented Reality Technology

Augmented Reality (AR) has a wide range of potential applications in many different areas from retail and gaming to healthcare and education. In the field of education, AR could be used to bring history and science to life in the classroom, which is a type of technology used to interact with digital content in a real–world environment. Generally, education is considered the key to connecting the world. But there is another source that connects the real and virtual worlds Augmented reality (AR). Here, the best part is AR was not a new technology, it has been around for decades which sounds unbelievable.

AR technology can be used to create immersive and interactive learning experiences. AR can make complicated mechanisms and difficult theories in higher education accepted and understood by students with contextually enriched interaction using this technology. Some researchers found that applying AR to classroom–based learning within subjects like astronomy, chemistry, biology, and physics helps the students to know more about the specific topic where the possibilities of practical viewing are very less.

For example, the implementation of AR in astronomy. The virtual sun and earth are manipulated on a small hand–help platform that changes its orientation in coordination with the viewing perspective of the students [12]. Augmented Reality can be used to create interactive 3D models of concepts or objects that can be rotated or viewed from different angles. It can also be used to create virtual field trips, where students can explore different locations without leaving the classroom, and beneficial for students with limited mobility and students who live in areas where travel is difficult. As we know AR has many advantages in the education field. So, we focus on some disadvantages and will see measures to overcome them.

Conclusion

All the research and analysis that we have done so far prove that technology has become a crucial part of our society. Without technological advancements, so much of our everyday lives would be drastically different including the field of education. Followed by AI and AR technology, AI holds the key to unlocking a magnificent future and AR can change the dynamic of design by making the process more transparent between designers and the community involved. So, that these computers of the future will understand not just how to turn on the switches but why the switches need to be turned on.

References

1. R.Raja,P.C.Nagasubramani, "Impact of modern technology in education", May 2018, Journal of Applied and Advanced Research 3(S1):33

Harwati Hashim, "Application of technology in the digital era education", International Journal of Research in Counseling and Education, Vol. 1, 2018

Ahmet Gocen, "Artificial Intelligence in Educations and Schools", Research on Education and Media, Vol. 12, 2020

Shubam Joshi, "Evaluating Artificial Intelligence in Education For Next Generation", Journal of Physics Conference Series, January 2021

Nil Goksel and Aras Bozkurt, "Artificial Intelligence in education:Current insights and Future perpectives"

Ismail Celik, "The promises and challenges of Artificial Intelligence for teachers :A systematic Review of research", TechTrends, March 2022

Pongsakorn Limna, "Review of Artificial Intelligence in Education during the digital era", Advance Knowledge for Executives, 1(1), No. 3, 1-9, 2022

Shubam Joshi, "Evaluating Artificial Intelligence in Education For Next Generation", Journal of Physics Conference Series, January 2021

Cecilia Avila-Garzon, "Augmented Reality in education", Contemporary Educational Technology, May 2021

Steve Chi-Yin Yuen, "Augmented Reality:An overview and Five Directions for AR in Education", Journal of Educational Technology Development and Exchange (JETDE): Vol. 4

Mehmet Kesim,Yasin Ozarslan, "Augmented Reality in education:Current Technologies and the potential for education", Elsevier, 2012

பண்பாட்டு மாற்றம் – தேவையும் வரையறையும்

கு.ஜெயசித்ரா,
உதவிப் பேராசிரியர்,
கல்வித்தந்தை ஏ கே ஆர் சௌராஷ்ட்ரா ஆசிரியர் கல்லூரி
மதுரை

முன்னுரை

மனித சமூகம் என்றைக்கு தோன்றியதோ, அன்றைக்கே பண்பாடும் தோன்றிவிட்டது எனலாம். பண்பாடு என்பது இனத்துக்கு இனம், நாட்டுக்கு நாடு மாறுபட்ட நிலையில் வேறுபடும் தன்மையில் பயணித்து வருகின்றது. இன்றைய பண்பாடு தொழில்நுட்பங்களின் பண்பாடாக உலகளாவிய தன்மையில் ஒரு பொது நிலையை எட்டியுள்ளது என்று கூட சொல்லலாம். எனினும், மனிதர்களின் பழக்கவழக்கங்களுக்கேற்ப ஓர் இனத்திற்கென்ற தனித்தன்மையையும் பெற்றிருக்கிறது எனலாம். இவ்வேளையில் பண்பாட்டுக் கூறுகளில் ஏற்படக்கூடிய மாற்றங்கள் குறித்த விமர்சனமும், வரவேற்பும் விவாதப் பொருளாகவே உள்ளன. இத்தகையப் பண்பாட்டு மாற்றத்தில் காணும் தேவையையும், அதற்கான வரைமுறைகளையும் இக்கட்டுரை ஆய்வு நோக்கில் முன்வைக்கிறது.

பண்பாடும் விளக்கமும்

பண்பாடு என்பது ஒரு சமூகத்தின் நோக்கத்தில், காலத்திற்கேற்ப தன்னைத் தகவமைத்துக் கொள்கிறது. பண்பாடு என்பதின் அடிச்சொல் பண்பு என்பதாகும். பண்புகளின் மூலம் பெறப்படுவனவையே பண்பாட்டுக் கூறுகள்.

மிகச்சிறந்த மானுடவியலாளரான ஈ.பி.டெய்லரின் கருத்தை முன் வைத்து தமிழ்க்கலைக்களஞ்சியம் "ஈ.பி.டெய்லர் கூறுவதுபோல் பண்பாடு என்பது மனிதன் சமுதாயத்தில் ஓர் உறுப்பினன் என்ற நிலைமையில், அறிவு, நம்பிக்கை, அறவாழ்க்கை, சட்டம், வழக்கங்கள் முதலியன பற்றிப் பெற்ற ஒரு வித வாழ்க்கை முறையாகும்'" என்று விளக்கம் கூறுகின்றது. (தமிழ்க்கலைக்களஞ்சியம், தமிழ்வளர்ச்சித்துறை, சென்னை–

1959, பார்க்க பண்பாடு பகுதி–3) இத்தகைய பண்பாட்டு விழுமியங்களைக் கடைப்பிடிப்பவர்கள்களாலேயே சமூகம் தழைத்தோங்குகின்றது என்பதை வள்ளுவர்

"நயனொடு நன்றி புரிந்த பயனுடையார்

பண்புபா ராட்டும் உலகு"

(குறள்–அதிகாரம்–பண்புடைமை–குறள்எண் 4)

என்ற குறள் மூலம் வலியுறுத்துகின்றார்.

பண்பாட்டுக் கூறுகளில் தொழில் நுட்பங்களும் கல்வியும் பெறும் இடம்

பண்பாடு எனும் விழுமியச் சொத்து அறம் சார்ந்த நிலையில் மட்டும் இயங்குவதன்று, மாந்தன் முதல் முதலாகப் பயன்படுத்திய வேட்டைக் கருவிகளில் தொடங்கி, இன்றைய கணினி வரை வளர்ச்சி பெற்றுள்ள அனைத்துத் தொழில் நுட்பங்களும் அத்தொழில் நுட்பங்களைப் பயன்படுத்த செய்யும் கருவிகளும், இதனடிப்படையில் எழுகின்ற கல்வி முறைகளும் கூட பண்பாட்டை பின்னியவைகளாக உள்ளன.

கலப்பைபண்பாடும் கணினிப்பண்பாடும்

மனிதனுக்கு அடிப்படையான தேவைகளாக இருப்பன உணவு, உடை, உறைவிடம் என்னும் மூன்றுமே. இவைகளே ஓர் சமூகத்தின் அனைத்து நிலைகளையும் தீர்மானிக்கின்றன. இவ்வாறான தீர்மானிக்கும் நிலைகளும் அந்நிலைகளை ஒழுங்குபடுத்தும் வகைமைகளுமே பண்பாடாகின்றது.மனித நாகரிகங்கள் ஆரம்ப காலகட்டங்களில் ஆற்றங்கரை நாகரிகங்களாகவே மலர்ந்து செழித்தன. அங்கே தோன்றிய சமூகங்கள் வேளாண் தொழிலையே போற்றி வந்தன. இன்றும் பொன் ஏர் கட்டும் பண்பாட்டு நிகழ்வு தமிழகமெங்கும் கொண்டாடப்பட்டு வருவதைக் காணலாம்.

வேளாண் சமூகத்திலிருந்து நகரமயமான சமூகமாக மாறுவதற்கு அங்கே பயன்படுத்தப்பட்ட உற்பத்திக் கருவிகளே முதன்மைப் பங்கை வகித்துள்ளன. அதன்பின் முதலாளித்துவ சமூகங்கள் உருவாக ஆரம்பித்தவுடன், பெரும், பெரும் தொழிற்சாலைகள் அதற்கான கருவிகள், இவைகளைக் கையாளும்

அறிவுசார் கல்விமுறைகள் போதிக்கப்படலாயின. இத்தொழில் புரட்சிகளும், கல்விமுறைகளும் பண்பாட்டின் போக்கில் பேரளவில் மாற்றங்களைச் செய்துவந்தன. இப்பண்பாட்டு மாற்றங்கள், பொருளாதாரத் தளத்திலும் அதிர்வுகளை உண்டுபண்ணின. இந்தியச் சூழலிலும், நவீனத்தொழிற் சாலைகளும், தொழில்களும், வேளாண் தொழில்களும் போட்டிபோட ஆரம்பித்தன. அதனாலேயே பாரதியார்.

"உழவுக்கும் தொழிலுக்கும் வந்தனை செய்வோம்"

(பாரதியார் கவிதைகள் –சுதந்திரப்பள்ளு)

என்று சமரசப் போக்கைப் பாடவேண்டிய பண்பாட்டுச் சூழல் ஏற்பட்டது. அதன் பின்னர் உருவான ஏகாபத்தியச் சூழலிலும், இன்றைய பண்பாட்டு வணிகச் (Corporate) சூழலிலும் கணினிப் பண்பாடு நம் ஒவ்வொரு நொடியையும் தீர்மானிக்கும் சக்தியாகிவிட்டது.

பண்பாட்டு மாற்றங்களில் தொழில்நுட்பங்களின் பங்கு

பொருளாதார மேதை காரல் மார்க்சு மாற்றம் என்பதே மாறாத தத்துவம் என்பார். ஆக மாற்றம் என்பதே வாழ்க்கையாக உள்ளது. வேளாண் சமூகம் அல்லது நிலவுடைமைச் சமூகத்தில் இருந்த மிக உயர்ந்த பண்பாட்டுக் கூறுகளுள் ஒன்று கூட்டுக் குடும்பம் முறை. தொழில் புரட்சிக்குப் பின்னர் (பதினெட்டாம் நூற்றாண்டின் பிற்பகுதி) இக்குடும்ப அமைப்பு உடைந்து தனிக்குடும்ப அமைப்பு ஏற்படலாயிற்று.

கூட்டுக்குடும்ப முறைகள் உடைவதைக் கண்ணுற்ற இயக்குநர், பீம்சிங் (1950 முதல் 1970 வரையிலான காலம்) தான் இயக்கிய திரைப்படங்கள் அனைத்திலும் இதனையே மையமாக வைத்து இயக்கினார். இந்த முயற்சி கலை–பண்பாட்டு, இலக்கியத்தளங்களில் பெரும் விவாதங்களையும் தொடங்கி வைத்தன. குறிப்பாக பீம்சிங்கின் நடிகர் திலகம் சிவாஜிகணேசன் நடித்த "ப" வரிசைத் திரைப்படங்கள் இவ்வகைத் திரைப்படங்களாக வெளிவந்தன. (படித்தால் மட்டும் போதுமா, பாசமலர், படிக்காத மேதை, பாசமலர்)

கூட்டுக்குடும்ப முறை உடைவது அன்று எதிர்க்கப்பட்டாலும், இன்றைய பண்பாட்டு வணிகச்சூழலில் (Corporate) முற்றிலுமாக ஏற்பட்ட வடிவமாகவே ஆகிவிட்டது.

தொழில் புரட்சிக்குப் பின்னர் பெண்களின் வாழ்க்கை முறையிலும், பண்பாட்டுச் சூழலிலும் எண்ணற்ற மாற்றங்கள் நிகழ்ந்துவிட்டன. மரபு சார்ந்த எரிபொருட்களைப் பயன்படுத்தி, அடுப்பூதிக் கொண்டிருந்த பெண்கள், மரபு சாராத எரிசக்திப் பொருட்களைப் பயன்படுத்தத் தொடங்கினர். இதன் விளைவாக மேசை அடுப்புகளும், நவீன சமயலறை சாதனங்களும் கண்டுபிடிக்கப்பட்டு பயன்பாட்டுக்கு வந்து சேர்ந்தன.

பாரம்பரிய உடையான சேலை அணிந்தவர்கள், பாதுகாப்பான சுடிதார்கள் அணியலாயினர். மகளிர்களின் மாதவிடாய் காலத்தில் பயன்படுத்தப்பட்ட உறிஞ்சு துணிகள் காலாவதியாகி நவீன வகைத் துணிகள் (Napkins) பயன்பாட்டுக்கு வந்தன. இவைகள் பலசரக்குக் கடைகளில் கூட விற்கப்படும் மாபெரும் பண்பாட்டு மாற்றங்கள் நிகழ்ந்துவிட்டன.

செய்ய வேண்டி வரையறைகள்

இன்று கணினிப் பயன்பாடும், கைப்பேசிப் பயன்பாடுமே பண்பாடு என்றாகிவிட்டது. "4G" அலைவரிசைள் காலம் போய் "5G" அலைவரிசைகள் காலம் வந்துவிட்டது. 5G என்பது 3½ மணி நேரம் ஓடும் ஒரு திரைப்படத்தை, நம் கைபேசியில் ஐந்தே நிமிடத்தில் பதிவிறக்கம் செய்ய முடியும்.

ஒரு மனிதன் கடவுள் இல்லாமல் கூட இருக்க முடியும். ஆனால் கணினி இல்லாமல் யாரும் வாழ முடியாது என்ற நிலை உருவாகிவிட்டது. காற்றையும், கடவுளையும் போல கண்காணிப்புக் கருவிகளும் எங்கும் நம்மைக் கண்க்காணிக்கின்ற சூழலில் நாம் வாழ்கிறோம்.

தற்போதைய சமூகம் Printout சமூகமாகவும் Online சமூகமாகவும் மாறிய சமூகமாகும். இந்த இறுக்கமான சூழல் வாழ்க்கையை எளிமையாக்குவதாகவும் பல தீய விளைவுகளை ஏற்படுத்துவதாகவும் அமைந்துவிட்டது. இந்தியாவில் கைபேசி பயன்டுபடுத்துவோர் எண்ணிக்கையில் தமிழ்நாடு இரண்டாவது

இடத்தில் இருக்கிறது. கிராமப்புற கைப்பேசிப் பயன்பாட்டில் இமாச்சலப் பிரதேசம் முதலிடத்தில் உள்ளது. கைபேசி பயன்படுத்துவதாலும், கைப்பேசியில் பேசிக்கொண்டே செல்வதானால் ஏற்படும் இருசக்கர வாகன விபத்தில் பலியானவர்களின் எண்ணிக்கை கடந்த ஆண்டு 70000பேர்கள் என்று தேசியக்குற்ற ஆவணக் காப்பீடு அறிக்கை கூறுகின்றது. (தினமணி நாளிதழ், 29.10.2022) இதை ஒழுங்குப்படுத்த வேண்டிய ஒன்றிய அரசு, கைப்பேசியில் பேசிக்கொண்டே வாகனம் ஒட்டுவதை சட்டப் பூர்வமாக ஆக்கப்போகிறதாம்.

கைப்பேசி உபயோகப் படுத்துபவர்களிடம், ஒரு மனோநோய் உருவாகின்றது. அஃதாவது தொலைபேசியில்லாமல் நாம் இயங்க முடியாது என்னும் மனநோய், இந்த மனநோய்க்கு நோமோஃபோபியா என்று நவீன அறிவியல் உலகம் பெயர் சூட்டியுள்ளது.

கணினியைப் பொறுத்தவரையில், அதன் பயன்பாடு எந்த அளவுக்கு மனித சுவாசமாக மாறிவிட்டதோ, அதே அளவுக்கு கணினிக் குற்றங்களும் (Cyber crimes) தோன்றிவிட்டன. இ–புக், இ–காமர்ஸ், இ–மெயில் என்ற பயன்பாடுகள் வநவேற்கக் கூடியவைகள் தான். ஆனாலும் கணினி அடிப்படையில் செய்யப்படும் பாலியல் குற்றங்கள் பயங்கரமானதாக உள்ளன.

எனவே, கணினிப் பயன்பாட்டிலும் கைபேசி பயன்பாட்டிலும், இன்னும் பல அறிவியல் தொழில் நுட்பக் கருவிக்களின் பயன்பாட்டிலும் ஒரு வரையறை செய்ய வேண்டியது அவசியம். இதற்கான தேசிய வரையறைக் கொள்கை ஒன்றை உருவாக்க, கல்வியாளர்கள், அறிவியல் அறிஞர்கள், சமூக ஆர்வலர்கள், ஆளும் அரசுகள், உள்ளாட்சி அமைப்புகள், இலக்கியவாதிகள், பண்பாட்டு செயல் பாட்டாளர்கள் ஒன்றிணைந்து ஒரு கொள்கையை உருவாக்குவதும் அதற்கான வரையறை செய்வதும் இன்றைய கட்டாய தேவையாகும்.

கற்பித்தலுக்கான தொழில் நுட்பங்கள்

பண்பாடு மற்றும் பிறதுறைகளில் எங்ஙனம் தொழில் நுட்பர்கள் கற்பிப்பது என்பது இன்று கல்வியாளர்களிடையே பெரும் விவாதம் நடைபெற்று வருகிறது. அனைத்துத் தொழில் நுட்பங்களும்

கற்பிக்கப்பட வேண்டிய தொழில் நுட்பங்கள் தான் எனினும், அனைத்துத் துறையினரும் ஏற்கும் வண்ணம் இருக்கக்கூடிய தொழில் நுட்பங்களை வகைப்படுத்துவது சற்று கடினம் தான். இதைத்தான் கணினி வழிக்கல்வி தெளிவு படுத்தியுள்ளது. Software, Hardware என்ற இருவகையுண்டு. Software என்பது பயன்படுத்தும் விதம், Hardware என்பது அதன் இயந்திரவியல் தொடர்பானவைகள். இதே போல் அனைத்து தொழில் நுட்பங்களையும் வகைப்படுத்தலாம். இப்படி வகைப்படுத்திக் கொடுப்பதனாலேயே மேலைநாட்டினர் முன்னேற்றம், காண்கின்றனர். நாம் அறுவடை பற்றி கற்றுக்கொடுக்கிறோம். எப்படி வேளாண்மை செய்வது என்று பற்றிக் கற்றுக் கொடுப்பதில்லை. அதுதான் நமது பிரச்சினையே.

இன்றைய தொழில்நுட்பங்களின் பயமும், பயனும்

இன்றைய கல்விமுறை என்பது தொழில்நுட்பங்களின் கல்வியாகவும், அதுவே சமூகப்பண்பாடாகவும் மாறிவிட்டது. அவ்வகையில் பார்க்கும்பொழுது ஒரு நாணயத்தின் இருபக்கங்களைப்போல, தொழில்நுட்பங்களின் அடிப்படையில் உருவாகும் பண்பாட்டிற்கும் இரண்டு பக்கங்கள் உள்ளன. ஒரு பக்கம் பயன்பாடு தரும் பக்கமாகவும், அடுத்த பக்கம் சமூகம் பயப்படும் அளவுக்கு போய்க்கொண்டிருக்கும் தீமைகளை விளைவிக்கும் பக்கமாகவும் உள்ளது.

தீபத்தின் ஜோதியில் திருக்குறளையும் படிக்கலாம். அதே திருக்குறளையும் எரிக்கலாம். அது தீபஜோதியின் தவறல்ல. பயன்படுத்துவோர்களின் மனோபாவம். எனவே தொழில்நுட்பங்களின் விழுமியங்களை மட்டுமே கற்றுக்கொடுக்கும் பொழுது, ஒரு நல்ல மாணவர் சமூகம், சமூகவியல் சிந்தனையாளர்களின் சமூகமாகவும் மாறிவிடுகிறது. அதே வேளையில் ஏதோ கல்விச்சாலைக்கு வந்தோம், சென்றோம் என்றிருக்கும் மாணவர்களின் நிலைதான் கவலைக்கிடமாகவே இருக்கும்.

இந்தியாவில் ஆண்டுதோறும் லட்சக்கணக்கான மாணவர்கள் பொறியியல் பட்டதாரிகளாக வெளிவருகிறார்கள். எத்தனைபேர் பொறியலாளராக வெளிவருகிறார்கள் என்பதுதான் மில்லியம் டாலர் கேள்வி. தொழில்நுட்பக் கல்விப் பண்பாட்டில் நாம் மாணவர்களுக்கு உணர்த்த வரும் செய்திகளாக

எந்த ஒரு தொழில் நுட்பமும் சமூகப்பண்பாட்டைச் சாந்ததாகவே இருக்கிறது என்பதையும்

எந்த ஒரு தொழில் நுட்பமும் தீயவிளைவுகளை ஏற்படுத்தும் என்பதால், அவ்விளைவுகள் தளராத வண்ணம் நாம் வரையறை செய்து கொள்ள வேண்டும் என்பதையும்

நாம் கல்விக்கூடங்களில் இருந்தே சொல்லிக் கொண்டு வரவேண்டும் என்பதே.

முடிவுரை

பண்பாடு என்றால் என்ன என்பது பற்றியும், பண்பாட்டு மாற்றம் என்றால் என்ன என்பது பற்றியும், அந்த மாற்றத்தின் தேவை பற்றியும், அம்மாற்றங்களினால் செய்யப்படவேண்டிய வரையறைகள் (Limit) பற்றியும் இக்கட்டுரை பண்பாட்டு மானிடவியலின் அடிப்படையில் ஆய்வு செய்துள்ளது.

பொருளாதாரம், கலை–இலக்கியம், அறிவியல் ஆகிய துறைகளில் தேவைப்படும் பயன்சார் அறிவின் மீதான வேட்கையும், சமூகத்தின் மீதான அக்கறையும் உள்ளடக்கிய கல்விமுறையையும் வளர்ப்பதன் மூலம் மிகச்சிறந்த பண்பாட்டையும் தொழில் நுட்பங்களைத் தவறாகப் பயன்படுத்தும் தீயமுறைகளுக்கு எதிரான சிறந்த முறையினையும் கொண்டுவர முடியும் என்று இக்கட்ரை வழிமொழிகிறது.

E-learning English

P.Mohamed Ali1

Ph.D Research Scholar, Department of Linguistics, Tamil University.

Dr.P. Mangayarkarasi

Research Supervisor, Department of Linguistics, Tamil University.

Dr.N.Asharudeen

Co-Research Supervisor, Department of English, Edayathangudy
G. S. Pillay Arts & Science
College, Nagapattinam.

Abstract

Conventional means of tutoring and evaluation will cease to exist, as distance learning and on-line English courses become more available to students. This paper will look at issues of e-content, e-grading, and e-assessment in the world of coaching English. As A Foreign Language, This article further examines the route for designing and implementing on-line web based language courses for the Internet. Issues on the subject of content, design formats and assessment issues will be discussed and suggestions will be made to comprehend how best to execute the theoretical and practical issues facing on-line learners, practitioners and host institutions brokering or hosting replicated instruction. Existing trends in the creation of on-line courses, with a focus in the area of foreign and second language learning will be explored. This paper will argue that as enlightening expertise moves closer and closer towards eliminating the practices of traditional classroom teaching, on-line teaching & learning will become a more practical and feasible solution to meet the demand for learners in learning requirements.

Aspects of On-Line knowledge

Rapidly the on-line language instructor will put back the EFL/ESL classroom teacher. On-line learning is the prospect of education. Less than a decade ago, graduate programs were teaching modules in programming HyperCard and other languages to ESL/EFL teachers, now total Master Degrees can be earned in educational technology and on-line education. Those fascinated in the world of the chalkboard and textbooks may be left behind as education advances into the 21st century.

It was freshly reported that the job of the classroom teacher is expected to be one of the top 5 jobs eliminated by the end of the next century (Time, 2000). Experts predict over the next few decades that over 50% of student populations will be educated using on-line learning and/or technology. It is predicted that the average class size will be 1,000 + students and that these learners will be taught by an expert in his or her field of knowledge (Khaleej Times 2000). On-line education will appeal to the mass public because it will offer courses cheaper and at times convenient to the learner.

The possibility to bring education to the masses will expand, as the population's need for education grows larger. In the past two decades, computers and their software have modernized education with on-line classes; real-time cameras; video conferencing; chat rooms; bulletin boards; smart board technologies; CD Rom software; Internet software; and interactive tools; bring the learner and the learning process to an even greater understanding and advantage than ever before in the history of education.

It is further understood that educators, both in the Arabian Gulf and the world wide, will need to be more proficient in educational technology, more aware of the theoretical and practical aspects of foreign and second language teaching, as well as increase recognizing the need to build further awareness of how teaching methodologies, learning strategies, and learning may be altered based on this new medium of on-line education.

It is also assumed that educational expressions will change with the rapid growth of on-line courses. For example, it is expected that the classroom practitioner will be known as the e-teacher, the traditional classroom will be referred to as the virtual classroom, traditional learning will be recognized as cyber-learning or e-learning and that electronic testing or e-assessment will replace old fashioned paper and pencil exams.

Assessment of Literature

With the speedy expansion of on-line learning and e-courses growing at an unusual rate on the World Wide Web (WWW), practitioners and institutions must judge whether or not the quality of their e-course content, e-academic assessment and e-learning process is up to standard. With so many different e-programs being marketed, regulation of e-courses become harder to police.

Regrettably, as qualitative reports grow in the area of on–line learning and e–language learning, the quantitative literature from long–term research still tends to remain scant. Just as guidelines are created for the traditional classroom, so to should there be mandatory regulators assessing and evaluating the cyber–classroom.

The effectiveness of on–line classroom management, e–learning and e–teaching is determined by a multitude of factors. Ultimately, according to the researchers would lead to more successful learning results. Another qualitative study by Hindes (1999) observed Librarians who were enrolled in an on–line course. The study shows that web–based instruction provides a more positive learning environment for students. On–line participants found that web–based instruction allows the sharing of ideas with a broader prospect of people using World Wide Web Courses (WebCT). Furthermore, it was proven to assist them in the use of more statistical processes of gaining information quicker through electronic media and offered even further support services through bulletin boards and electronic chat with colleagues enrolled in the course in comparison to those learners enrolled in a traditional classroom.

Once the fundamental principles and challenges of an on–line program have been addressed by the practitioner and institution, it is then time to considered the e–course itself. According to Hsu (et al 1999) there are ten basic considerations for the design of a virtual classroom. Their research states that programs need to first assess the needs of the learners/ institution and to consider the necessary conditions needed to satisfy them. Secondly, they suggest that institutions/practitioners estimate the development cost, effort and implications of the virtual classroom. Thirdly, they believe it is essential that institutions/practitioners take the necessary time needed to plan the virtual classroom.

It is further suggested that careful concern be given when designing the virtual classroom. Next, they highlight the importance of the materials being prepared and the contents being distributed amongst the learners.

The course, instructor and learner must make sure that there are enough ways to enable clear lines of communication. The researchers recommend course content must be implemented in a manner, which is pedagogically and theoretically sound. The researchers state that it is essential that one looks carefully at the online assessment methods for evaluation. It is equally important that the course implement class management procedures, which are fair and equal to all learners enrolled in the course. Once this is completed, the researchers suggest that practitioners/institutions then set up the system. This means that the practitioner needs to maintain and update the virtual classroom.

Once the foundations of the e-program and on-line course are established, it is then necessary to develop the course's academic content and standards of quality. Sabine & Gilley (1999) argue the following phases of course development are important when designing work for a proper program. First the concept of planning a course is necessary to understand and identify key considerations for designing and making decisions, which directly affect the course content. They hypothesize that the design of the course and the organizational concepts associated with basic competencies required of the learner through the inception of core concepts and tasks in the virtual classroom must relate to the units of study, the learning resources, simulations, production labs and assessment tools used to measure and evaluate the learner. This is because Sabine & Gilley believe that once these components are in place, that production and simulation are essential aspects to help develop a successful program. The end result suggests that a trial run of the course be piloted, followed by an evaluation and reflection period. These periods should be implemented before the practitioner/institution begin a full-scale run of the e-course with on-line learners.

Once an e-course is engaged, Winfield, Mealy and Scheibel (1998) suggest increasing learner motivation and perception. The practitioner must build up the learner's confidence using the technology. The e-teacher should build his or her personality into the course. Moreover, the e–teacher should provide a clear content to real situations using cases studies and simulation before building on the personal and professional experiences of the learners. They believe that relating materials and content can later help build student teams, who learn through a collaborative process in order for the virtual teacher to get accurate results from the application of the course design and assessment results of the courses educational effectiveness with learners.

E–Course Evaluation

Every professor has experience what it is like to be a student in a poorly constructed or taught course at least once in their lifetime. We swore as teachers never ever to repeat the behavior of "that practitioner" or to offer materials to students like the ones we were given. However, everyday somewhere in the world, a student suffers at the hands of a bad teacher or a bad course. Offering honest evaluation, constructive feedback and listening to observers & participants are essential when evaluating any course, but especially an on–line course.

When evaluating an e–course on the Internet it is important to look at how the language course is being taught. The professional appearance of the course may appear to have face validity, but lack content validity or academic substance.

Where does one begin to evaluate an on–line course? As the old saying goes: "at the beginning!" Start with the simplest aspect, the course layout. How are the academic content, visuals, assessments, projects and activities laid out for the learner? Moreover, the evaluator must also examine the organization of the units or modules of the course. For example: How long is the course? How is the content presented to the learner? How does the e–course sequence itself with the different learning blocks of material? Is the material relevant and adaptable to the level of the learner? It is at this stage, that the assessor must then look at how the language lessons are presented to the potential learner. Questions such as "Is there a theoretical ordering to the components?" "Is it academically and/or pedagogically sound as an e–course for language learning?" "Does it focus on one skill or is it an integrated course?" and "Is the language used in authentic and meaningful contexts?" More importantly, does the course offer the students further practice beyond the lesson? Are the language lessons communicative, relevant and offer the learner a variety of activity types?

As you serve as an evaluator assessing a course, it is important to look at the balance of skills in each e–lesson, the e–course and the e–program. For example, if a learner is listening to an on–line text and is asked to choose from a series of written multiple–choice answers, perhaps skill contamination in reading did not assess the learner's listening comprehension accurately. Perhaps, inappropriate content, which goes against the learner's beliefs, was incorporated in the materials, which as research as shown can affect the listening comprehension score of the student. For example, imagine a devout Muslim student listening to a talk by an atheist during the Holy month of Ramadan. Not only would the student be outraged because of the lack of cultural and religious insensitivity, he/she might stop the course immediately losing out on his/her chance for education because of an instructor's poor judgment. Coupled with the fact that e–courses are more global than traditional classes, cultural suitability is very important. Materials should be interesting and offer content relevant to all participants. Sometimes in the EFL/ESL world, teachers take it upon themselves to make it a soapbox for pushing their beliefs and their culture experiences upon other people who may not share the same ideologies, but must go along with practitioner out of fear of not passing the class. This type of behavior must be avoided at all costs in an e–course.

Although these criteria serve as basic guidelines for evaluators to objectively and subjectively rate on–line language courses offered to learners around the world as well as help those starting to design their own language based on–line courses, it is not limited to specific points of reference. Each on–line course is different and each on–line evaluator should treat each course as such.

Design of E– course

Nothing is worse than entering the class of the Nutty Professor. I once worked with a teacher who forgot everything and lost papers daily. His middle name was disorganization. Sometimes we joked he had two speeds slow and reverse because beyond being late because he forgot where he was supposed to be, he could never get his act together or stay on one train of thought for more than 10 minutes at a time. He could not design a course or run a program despite being a very intelligent individual. He thought you could "wing it" and "jump around" with materials. He never saw the need for consistency or the need for building lessons upon lessons. Often his students were behind in the curriculum and were as lost as he was on a daily basis. The lesson to be learned is: When designing an e–course, one cannot be disorganized!

It is important that the modules created sequence each other in a logical order that is pedagogically sound. It is even better if the materials can be piloted before being distributed for mass consumption on an on–line course. On that same note, if a practitioner or institution is creating an on–line course serious thought and consideration must be given to the e–discourse and the e–syllabus being taught to learners around the globe. It depends primarily on the program, the teacher, the quality and standards of the course offered and the technology being used. The most important things that have to be determined by the on–line instructor are: What are you teaching? And why are you teaching it?

Before setting forth to design an e–course, one must consider the key concepts of writing curriculum, materials and their need to be adapted for the on–line learner. More importantly, the on–line instructor and teacher must make sure they have the technical support and technical requirements necessary to host an on–line course for language learners. Other issues, which must be considered, involve logistics such as: Will the whole course be loaded on the WWW at once or will lessons & assignments go out weekly in modules? As part of classroom management, on–line teachers should also think about the physical set up of the e–classroom for learning and the emotional set–up of the e–classroom to support learners who may or may not have difficulty with the lack of physical contact with other students enrolled in the course. Lastly, in planning any course design the on–line instructor and the institution should agree upon the long and short–term goals of the e–classroom. It is important to note that in a traditional classroom, it is easier to negotiate what is learned with the language student. On–line courses often because of course size and technical aspects do not have the same flexibility.

Once the basics of the on–line course are settled, it is then that the e–teacher must decide if the course will take the approach of task–based learning or will it lean more towards self–directed learning. On the same course of action, the on–line instructor must also consider how they will foster integrated activities in content and skill areas with his/her students. Likewise, the e–teacher will need to decide whether or not collaborative activities will be integrated into the course because as an e–facilitator on the course, the instructor should help prepare and choose materials; help aid the student better his/her language skills; coach the learner to go beyond the on–line classroom with his or her language skills; monitor the language learning, course, and learners; and follow–up on assessments, questions or concerns raised by students.

When designing e–courses issues such as who is in the student population of the e–community and in the e–target language groups must be considered before writing, designing or implementing the on–line English class. For example, how will the practitioner teach concepts in on–line language classrooms as opposed to traditional classrooms? Will the teacher be teaching the class in real time or will it be a less interactive self–paced course? Once this is determined, it is then that the teacher must begin designing the e–curriculum, whilst taking into consideration many different factors including issues such as the motivation of the learners, cultural backgrounds, language backgrounds and the different methodologies, which can and can't be used electronically.

For example, what if your course were to incorporate an on–line listening component? Would all of your students have the technology to receive or send sound bites? What type of listening exercises would you choose? If you were teaching a conversational listening class on–line, how would you express pauses, negotiations, repetitions, clarifications, turn–taking to students? If you choose to teach an academic listening class on–line what type of lecture formats and note–taking exercises would you encourage students to undertake? How would you teach the receptive skill through selective listening techniques such as trying to hear and comprehend redundancies? Is it assumed that students will go into product listening instead of going through process listening? Will the student just turn to automatic pilot and rely on subconscious listening? As the course instructor, how would you incorporate micro and macro listening skills? Issues such as these for just one on–line course section would need to be clearly considered before implementing the module to the public, if the practitioner and institution wanted to maintain a quality course and program.

Conclusion

As an on–line course designer, one must consider e–course objectives, the e–content, the e–policies and e–procedures, the e–evaluation of the course & instructor, the e–office hours and of course how to deal with e–problems, which will arise during the on–line course. Beyond the basics listed above the on–line teacher when designing a course must also consider how he/she will deal with the emotional, psychological, and learning style of the perspective on–line student. As an on–line course designer, other factors such as the cyber learners' linguistic knowledge, motivational barriers, language systems, e–course expectations, affective factors, language learning anxiety and his/her schema or background knowledge about topics taught or available in the on-line course must again be examined or discussed before a solid course can materialize.

A Smart Assistant For Educational Resource Management System

Mrs. P.Muthulakshmi,
Assistant professor of Computer Applications,
The Standard Fireworks Rajaratnam College for Women, Sivakasi.
muthumeenamca@gmail.com
Mobile - 7010813552.

Abstract

The mobile application entitled "A SMART ASSISTANT FOR EDUCATIONAL RESOURCE MANAGEMENT SYSTEM" has been developed to make the college staffs, students, and parents has been into a single platform. A mobile application is designed to integrate academic information and course information. Students can have access to campus activities, class schedules, attendance, time table, event and quiz. The faculty can manage course as per the schedule, conducting quizzes, and preserving e-books & notes for learning. Parents can also view their children's progress.

Keywords: Mobile Edu App, Mobile ERMS, Educational tool, E-Learning.

INTRODUCTION

In the classical methos of education, the students must be in their regular classes and take notes for their future reference. Most of the faculties teach the students with a board and chalk method. But now a days learning through mobile promotes the teaching and learning method much easier than before covid 19. Learners are more interested in online learning and evaluation process. Not only faculties and students, the parents also keep track of their son's or daughter's progress through these mobile applications.

PROBLEM DEFINITION

At present, students are now ready to learn through online therefore all notes and question bank related books and material should be offered for the students, till now many colleges are not offering this facility. The parent can't get any intimation from college directly from management or faculty. The manual circular won't reach all students and thus there may be a lack of reaching the intimation. The internal and external mark of the students are maintained in manual entry which take more time and retrieving the needed details.

PROBLEM DESCRIPTION

The application should be designed to fulfill the needs of both staff and student to intimate all the academic details in smart manner. The E–Book as per the subject should be viewed by the student and the needed E–Book can be downloaded from anywhere. The time table for both online and offline need to change frequently therefore it become a huge problem in sending the update and notification to students. The attendance for both online and offline class are maintained in manual process, which will be risky task for faculty members in retrieving the details. The android application should support all android versions and this will help the students to make use of the application without any delay or error.

EXISTING SYSTEM

The overall entries in college are maintained in manual process which takes more time in retrieving the needed student details. During this time, all teaching process become online therefore maintaining all records in online will be more beneficial which is not available in many colleges. The students are now ready to learn through online therefore all notes and question bank related books and material should be offered for the students, till now many colleges are not offering this facility. The parent can't get any intimation from college directly from management or faculty.

PROPOSED SYSTEM

In proposed system the overall entries in college are maintained in online therefore the records can be filtered and retrieved at any time and from anywhere. At present all teaching and events are proposed to conduct through online. Therefore, maintaining all records such as student profile, online class attendance, exam result and other event details through online will be more beneficial which is not available in many colleges. The students are now ready to learn through online therefore all notes and question bank related books and material should be offered for the students which can be viewed through mobile app. The parent can get any intimation from college directly from management or faculty.

MODULE DESCRIPTION

1) Admin Module

The admin module contains,

- Course Management
- Student Admission
- Student Attendance
- Exam Management
- Timetable Management
- Event Management
- Holiday Management
- Fees Management
- Conduct Quiz
- Top Students Intimation
- Notice board Management
- Student Enquiry
- E–Material / Books

2) Student App Module

The student App modules contains,

- Student Login
- Check Attendance
- Exam Alert
- Check Result
- View Teacher Profile
- Check Student Growth
- Holiday Table
- Circular Notification
- Attend Quiz
- E–Book / Material

ADMIN MODULES

1) Course Management

The admin can include the standards provided in the college. The details about students, material, and other academic details are recorded. This will be very useful for the students to check the details in their mobile app.

2) Student Admission

The admin can add details such as student's name, parent's information, contact information, login data like username and password. The registered student can sign in to the mobile app. In this way, the admin easily checks the student's details at any time.

3) Student Attendance

The attendance for the student as per the date and class is recorded in the database. The faculty can select the classes which fetch the overall student roll no. The details such as class, date, roll no, and attendance status are recorded in the database. The admin can also download the attendance details in an excel sheet.

4) Exam Management

The details of upcoming exams with the date are recorded. The admin can modify or remove the details at any time. The students can view their exam timetable on their mobile app as per their classes.

5) Time Table Management

The timetable details as per the class are loaded in the database. The details regarding class name, day, teacher–in–charge, and time duration are added to the database. If the timetable may modify by the admin the students will see the modification instantly by their mobile app. It will be very helpful to the teachers as well as the students.

6) Event Management

Through this page the admin or staffs can insert the upcoming event data such as event name, date, and description of the event. The added details can be viewed by the parent or students through the mobile application.

7) Holiday Management

The overall holiday schedule is uploaded smartly with details regarding the date and purpose of the holiday. The parent can smartly view those details through a mobile app.

8) Conduct Quiz

The faculty can conduct a quiz for their subject to students online. The details regarding quiz questions, options, and answers are uploaded to the database. The Quiz timing was also mentioned by the faculty.

9) Top Student Intimation

The top student's notification regarding their achievements in academic and extracurricular activities is recorded by the class staff in charge.

10) Fees Management

The details regarding the fee for every class get added or updated by the admin. As per the students, the fee details and remaining fees to be paid are updated.

11) Student Enquiry

The students or parents can send an inquiry to the admin which can be viewed and replied to take necessary steps in a short time.

12) E-Material / Books

At present all classes are taken online therefore all students are ready to learn online. This page helps to upload material and e-books for the students as per the class. The material can be downloaded for the students to learn at any time.

Student's modules

1) Student Login

The student can enter the mobile app by entering a valid username and password. The login page allows only the authorized user to view the student details securely. Thus, only the registered student as per the class can enter into the app to view the details.

2) Check Attendance

The parent or student can view the overall month as a date schedule. The absent dates are highlighted as red and the present are highlighted as green. This helps to monitor the students smartly by the parents.

3) Exam Alert

The overall upcoming exams are viewed as per the date by students and parents. This helps to prepare for exams in the initial time. This will be very helpful to the students to know the exam details.

4) Check Exam Result

The mark scored by each student in the exam can be viewed by the parent/student through a mobile app. The details regarding paper name and mark scored are viewed smartly from anywhere online.

5) View Teacher Profile

The parent can view all teacher profiles who are all working in college. The detail contains the teacher's name, photo, class in charge, and contact details. This helps the parent to contact the teacher directly to enquire about the student at any time.

6) Check Student's Progress

The overall student growth under academic and extra circular activities can be viewed by the parent through a mobile app. This helps to know the status and current improvement of the student.

7) Holiday Table

This module shows the upcoming holiday table with the date and description. The user can smartly view overall details.

8) Circular Notification

Any urgent intimation or any other notification can be intimated directly to the user through this module. The management does not need to make a call for circulating the emergency alert. This module will fulfill the needs.

9) Participation in Quiz

The authorized person can attend the quiz which gets uploaded by the admin. The overall question with options is viewed by the users. After attending the quiz, the answer is verified automatically and published the result.

10) E-Book / Material

The overall books and materials are viewed by the student through a mobile app. As per the class and subject, the material can be downloaded

EXPERIMENTAL RESULTS

When carried out the abovesaid needs ,the android mobile app will be student centered. The interface with have two columns and six rows. This table will have appropriate images that represents student's profile , a calendar, a place to get the information about the exams, and the results of the exam. For the easy access of the student, the information about their teachers, and the educational progress, college events, national holidays, educational fees will have separate icon and access profile of the school will also be easily accessible, When a student logs in or tries to access any of the information listed on the homepage, he will be prompted to enter his user name and password. He can add his picture or avatar in this profile settings.

When most of the information is text based the Exam icon not only give the student information about the exams. They will be able to take the exam based on their course. All their subject matter will be clearly listed and differentiated by color. Every step of the way, the students will be asked about his choices , so he can re think and confirm. On the instructor side they will be able to see each of the student's activity , their exam answers. The teachers will be able to grade the exams as well as post their comments.

CONCLUSION

Thus, the application helps to build a bridge between the parent, student and college management in smart manner. The application is developed in smart manner therefore any user can make use of the app in effective manner. All student's related details are recorded in the database therefore it can be retrieved from anywhere in smart manner. At present all teaching and learning are becoming online therefore this implementation helps to fulfil the needs of both college management and parent. The parent can monitor the son / daughter performance and can check the growth in academic and extra circular activities in perfect manner

References:

1. K. V. Thangam, T. S. Kumar, V. Yogesh, and S. Prabhu, "Android Application for College Management System (M-Insproplus)," Int. J. Mod. Trends Eng. Res., vol. 4, no. 2, pp. 41–44, 2017.

M. N. Dedhia and D. V. C. Kotak, "ANDROID BASED CAMPUS SOLUTION FOR COLLEGE," Int. J. Comput. Sci. Mob. Comput., vol. 6, no. 11, pp. 12–17, 2017.

C. Sclence, C. Science, C. Science, and C. Science, "ANDROID APPLICATION ON COLLEGE," Int. J. Emerg. Technol. Comput. Sci. Electron., vol. 14, no. 2, pp. 811–812, 2015.

K. Datarkar, N. Hajare, N. Fulzele, S. Kawle, V. Suryavanshi, and D. Radke, "Online College Management System," Int. J. Comput. Sci. Mob. Comput., vol. 5, no. 4, pp. 118–122, 2016.

J. O'Flaherty & M. Liddy (2018) The impact of development education and education for sustainable development interventions: a synthesis of the research, Environmental Education Research, 24:7, 1031-1049, DOI: 10.1080/13504622.2017.1392484

Bowen, K., & Pistilli, M. D. (2012). Student preferences for mobile app usage. Educause Resarch Bulletin

Referred Websites

https://github.com/hanlinag/hostel-allocation-system

www.phptutorial.codepoint.net

www.tuxradar.com/practicalphp

www.makeuseof.com

www. php.net
www.mysql.com
www.dbninja.com
www.devmysql.com

Augmented Reality And Its Effects On Education

Ganga devi D
Assistant Professor, Department of Computer Applications
The Standard Fireworks Rajaratnam College For Women, Sivakasi, India
gangadevi-ca@sfrcollege.edu.in
9843185751

Abstract:

Nowadays, many students find it difficult to perceive theoretical information without any visuals. Thus many concepts remain incomprehensible. In this digital era, many technologies come to the rescue to provide visual transformation of information. The Augmented reality (AR) is one such innovative technology, which becomes a part of such a transformation. AR is a combination of a real and a computer-generated virtual world. It is achieved by augmenting computer-generated images on real world. In recent times, the use of AR in education has increased because of its interacting ability to explore the knowledge. It paves the way for the improvement in creativity and imagination of the learner. It also helps in improving the attention ability of ADHD children. This paper focuses on the essential part of AR and its use cases. This paper reveals the betterment of AR over VR (Virtual Reality). The methodology of applying AR mode of education in institutes is also discussed.

Keywords: **Augmented reality, Virtual Reality, ADHD**

1. Introduction

Up to the 19th century, formal education focused exclusively on lectures and recitations. Some early studies, however, explored the educational applications of manipulative interfaces and suggested that students learn best through their senses and through physical activity. The constant evolution of the technology is making the education to move towards the new era, making attractive to the students and taking to an evolution on the teaching process.

The Virtual Reality (VR) took an important place in this evolution. VR replaces physical reality with a computer-generated environment i.e. creates a whole new, detached virtual experience. With the help of some modelling and animation programs, the VR can help students in the comprehension and assimilation of concepts [1]. VR is used mostly for simulation purpose, immerse users in a virtual environment using holograms of the equipment. VR requires special equipment like controllers. The user can experience VR in personal.

Augmented Reality (AR) is a well–known cousin of VR has its origin from the word 'Augment' meaning to add or enhance, superimposes digital information on the physical world i.e. it adds a virtual overlay to the physical world with any smart phone. The main advantage of AR over VR is the device required and the ability of multiple people to explore the AR content in social.

In recent years, many researches demonstrate the feasibility and innovation of AR as human–computer interaction technology. With the improvement of computing power, AR has gradually shifted from the theoretical research stage to recognize and experience the things around.

II. Types of AR

There are four types of Augmented Reality (AR) observed as follows:

A. *Marker Based Augmented Reality.* It is also known as Image Recognition [2]. A camera and a visual marker such as a QR code is used. The marker is sensed by the reader and then the output is given. Relevant Apps use a camera to differentiate a marker from any other real world object.

B. *Marker Less Augmented Reality.* It is also known as Location–based reality [2] or GPS. Data which is provided is based on our location and is provided with the help of a digital compass, accelerometer, velocity meter or GPS in our smartphones.

C. *Projection Based Augmented Reality.* It is used to project a 3D interactive hologram [2]. An artificial light is projected onto realworld objects.User's touch is detected by distinguishing between an expected projection and an altered projection by the user.

D. *Superimposition Based Augmented Reality.* In this type of reality, the object recognition plays an important role [2]. The original view of an object is either partially or fully replaced with a newly augmented view of that same object. E.g. IKEA, a virtual furniture app that augments furniture onto real floor.

III. AR in Education: Use Cases

The following are some prominent examples of AR in education that show the authentic capabilities of such learning methods.

Children's safety education. In China, they involve more than 80 kindergartens in a research that shows that the usage of AR technology in an elementary education program to teach children all the basic safety rules from an early age has a better chance of making children remember such vital information and apply it in life [3].

Augmented reality in Western University. In Western University, The Unity Charitable Fund was granted for an AR project that will allow students to swim with sharks. This may help the students–biologists to explore the sharks' view and behaviour up close [3].

Google Arts & Cultures in the classroom. At the time of quarantine and a pandemic, it has become much more challenging to organize excursions to museums, exhibitions, theaters, etc., for students. This application from Google allows you to conduct a virtual 3D tour of the most famous museums globally, spend a day at ballet, and even visit different countries without leaving a classroom or home [3].

The TOJET study. An AR system designed for fourth grade students to support the learning of the digestive and circulatory systems. The results of a comparative study show a significant increase in knowledge retention in students that used the AR system over the ones that attended traditional master classes. Participants were highly motivated and expressed interest in using the new technology in the classroom [4].

Augmented Reality Application on the Field of Vocational Education and Training(ARAVET) project. This project involves various organizations from eight different countries proved that the digital data provided through AR interfaces can already supplement static content and improve student understanding of the processes described in the educational material [5].

Improving the ADHD children's attention. The researcher built a prototype called ATHYNOS using a methodical formal game design approach. The descriptive statistical analysis confirms that participants who played ATHYNOS, during the eight sessions improved significantly in their daily life functioning across domains of time management and social skills. As a result, there is an improvement in their level of concentration [6].

Research study with Cape Town students. The research examined the differences in student learning motivation before and after using the AR mobile application. A total of 78 participants of undergraduate health science students at the University of Cape Town, used the AR mobile application and completed the preusage and postusage questionnaires. The results showed the increase in the learning motivation, attention, satisfaction, and confidence factors and these results were found to be significant [7].

AR-Therapist for ADHD. To enhance the behavior of ADHD patients, Albaha University of Saudi Arabia proposed a theoretical cognitive model using a game-based AR environment. It achieves an excellent accessibility level to every patient. It mimics the therapist roles by applying AR techniques that provide it with features including: adaptiveness, smartness, responsiveness, and accuracy [8].

IV. Methodology

Various methods are available to incorporate AR subjects in the education field. Teachers can use AR during class activities. The minimum requirements for AR mode of education involves an internet connection and gadgets like smart phone or tablets. Figure 1 shows the working process of marker based AR mode.

Premade markers. The markers are used to trigger the augmented reality. These markers are directly related to the topic of the lesson. The students can obtain the content by pointing their device camera towards the marker. The predesigned markers saves time and money. The teachers do not need to involve in complex technology work of creating custom markers.

AR worksheets. The AR–enabled worksheets makes the students to engage in AR content from the ease of their homes. This will also make the home assignments fun and creative for the students.

Custom designed markers. The teacher can design custom markers that are unique and in accordance with the age and interests of the students. It acts as an organizer for all kinds of subjects.

AR–enabled photos on the wall. The AR–enabled photos on the walls of the school or any educational organization will allow the students to scan them and get the appropriate AR content. The student or the parent can simply scan a picture and see them come to life.

Access to learning materials. AR can be used for better representation of the material. It delivers the latest data and display it in an interactive format.

AR for virtual equipment. The 3D model in AR is used to simulate the work nature of specific equipment to add practical value. The students can perform and learn about various experiments. With this, the students can scan numerous lab instruments and get information like what rules and safety measures to keep in mind while working with such instruments. Medical students can learn anatomy and practice examining the body with an AR app representing the human body inside and out.

Safer practice through AR. Science teachers promote the use of AR to ensure that a safe learning environment is there for the students. Science experiments which require working with concentrated chemicals can be dangerous. The technology allows conducting experiments like trying different chemical combinations without any harm.

AR enabled Distance education. Over the past couple of years, the method of distance learning has become very popular due to the pandemic. The distance-learning students do not always need a teacher to explain the material. AR can be used to provide detailed explanation of the theory and interactive practice.

VI. Conclusion

Augmented reality is becoming the future of education to provide an experience-based learning environment for understanding the concept. AR has the potential to influence the interest among the students to learn more subjects. Generation Alpha will be the world's youngest generation by the year 2025. They may have the usual habit to gain knowledge by screen touching, doing or experiencing. The people of this generation will be the most educated and will benefit most from the AR as they have not seen a world without internet and gadgets [9]. Schools need to improvise their methods and encourage this type of learning. They need to adapt these learning methods which are according to the Alpha generation.

Reference

1. 1] Sandra Dutra Piovesan, Liliana Maria Passerino and Adriana Soares Pereira, "Virtual Reality As A Tool In The Education", IADIS International Conference on Cognition and Exploratory Learning in Digital Age, pp.295-298, 2012.

2] Riya Aggarwal, Abhishek Singhal, "Augmented Reality and its effect on our life", 9th International Conference on Cloud Computing, Data Science & Engineering, pp.510-515, 2019.

3] Using Augmented Reality in Education: Key Concepts and Benefits, https://program-ace.com/blog/augmented-reality-in-education/

4] David Perez-Lopez, Manuel Contero, David Perez-Lopez, Manuel Contero, "Delivering Educational Multimedia Contents Through An Augmented Reality Application: A Case Study On Its Impact On Knowledge Acquisition And Retention", TOJET: The Turkish Online Journal of Educational Technology, volume 12 issue 4, pp.19-28, 2013.

5] Opatija, Croatia, Bojan Kraut and Jelena Jeknic, "Improving education experience with Augmented Reality", MIPRO, pp.755-760, 2015.

6] Diego Avila-Pesantez, Luis A. Rivera, "Towards the Improvement of ADHD Children through Augmented Reality Serious Games: Preliminary Results", IEEE Global Engineering Education Conference, pp.843-848, 2018.

7] Tasneem Khan, Kevin Johnston, and Jacques Ophoff, "The Impact of an Augmented Reality Application on Learning Motivation of Students", Advances in Human-Computer Interaction, Article ID 7208494, 14 pages, 2019.

8] Saad Alqithami, "Modeling an AR Serious Game to Increase Attention of ADHD Patients", IEEE 44th Annual Computers, Software, and Applications Conference (COMPSAC), pp.1379-1384. 2020.

9] How Augmented Reality is changing Education? https://www.queppelin.com/ augmented-reality-is-changing-education/

மாற்றுத் திறனாளிகளுக்கான கற்றல், கற்பித்தல் தொழில் நுட்பங்கள்

திருமதி கு.வளர்மதி,
உதவிப்பேராசிரியர்,
முதுகலை மற்றும் தமிழாய்வுத்துறை,
தி ஸ்டாண்டா்டு ஃபயா்ஒா்க்ஸ் இராஜரத்தினம் மகளிர் கல்லூரி, சிவகாசி.

முன்னுரை

உலகில் ஓரறிவு உயிர் முதல் ஆறறிவு உயிர் வரை என்று பிறவிகள் பலவாகும். பல்வேறு பிறப்புகளுள் உன்னதமானது மானிடப்பிறவி மட்டுமே ஆகும். மனிதனாகப் பிறக்கும் போது உடல் ஊனமின்றிப் பிறத்தல் என்பது ஒரு வரமாகும். ஊனமானது ஒருவருடைய பிறப்பிலேயே இருக்கலாம் அல்லது வாழ்க்கைக் காலத்தில் ஏற்படலாம். ஊனம் என்பது, மற்றவா்களுடன் ஒப்பிடும் போது இயலாத் தன்மை இருப்பதைக் குறிக்கும். இது உடற் குறைபாடு, புலன் குறைபாடு, அறிதிறன் அல்லது அறிவுத்திறன் குறைபாடு, உளவியல் குறைபாடு, பிற நோய்கள் தொடா்பான குறைபாடு ஆகியவை தொடா்புடையதாகும். தற்காலத்தில் ஊனமுற்றோரை மாற்றுத் திறனாளிகள் என்று அழைக்கின்றோம். உலகச் சுகாதார நிறுவனம் மாற்றுத் திறனாளிகளை "உலகின் மிகப்பெரிய சிறுபான்மையினா்" என்று குறிப்பிடுகின்றது. ஊனம் ஒரு குறையல்ல எனும் அடிப்படையில் மாற்றுத் திறனாளிகள் பலரும் சாதனையாளா்கள் பட்டியலில் இடம்பிடித்துள்ளனா். மாற்றுத் திறனாளிகளுக்கான கற்றல், கற்பித்தல் தொழில்நுட்பங்கள் இன்று பல்கிப் பெருகியுள்ளன. மாற்றுத் திறனாளிகளின் முன்னேற்றத்திற்கான கற்றல், கற்பித்தல் தொழில்நுட்பங்கள் இக்கட்டுரையில் ஆராயப்பட்டுள்ளன.

மாற்றுத் திறனாளிகள் குறிப்பு

மாற்றுத் திறனாளி என்பவா் உடலிலோ அல்லது மனதிலோ ஏற்பட்ட மாற்றத்தின் காரணமாக அவரால் சில செயல்களைச் செய்யமுடியாமல் போய்விடுகின்றது. இத்தகு காரணத்தினால் அவா்களை நாம் மாற்றுத் திறனாளிகள் என்று அழைக்கின்றோம். ஒவ்வொரு ஆண்டும் டிசம்பா் 3-ஆம் தேதி சா்வதேச மாற்றுத் திறனாளிகள் தினமாகக் கொண்டாடப்படுகின்றது.

இந்தியாவில் மட்டும் ஏழு கோடிக்கும் அதிகமானோர் மாற்றுத் திறனாளிகளாக உள்ளனர். வளர்ந்த நாடுகளை விட இந்தியா போன்ற வளரும் நாடுகளில் மாற்றுத் திறனாளிகள் கூடுதல் எண்ணிக்கையில் இருப்பதாக உலகச் சுகாதார நிறுவனமும் உலக வங்கியும் இணைந்து தயாரித்த 2011ஆம் ஆண்டின் மாற்றுத் திறனாளிகளைப் பற்றிய முதல் உலக அறிக்கை குறிப்பிடுகின்றது.

கற்றல், கற்பித்தல் - விளக்கம்

கற்றல் என்பது நம்மைச் சுற்றி ஏதேனும் ஒரு காரணி மூலம் நிகழும் நிகழ்வுகளை மனதில் – சிந்தையில் ஏற்றக் கொள்ளல் ஆகும். கற்றலானது அறிவை, பழக்கங்களை, செயல்திறனைப் புதிதாகப் பெற்றுக் கொள்ளல் ஆகும். கற்பித்தல் என்பது, மாணாக்கா் கற்றலைச் செயல்படுத்த ஆசிரியா்கள் பயன்படுத்தும் கொள்கைகள் மற்றும் வழிமுறைகளை உள்ளடக்கியது எனலாம். “கற்பவரின் இயல்பிற்கும் பாடப்பொருளின் தன்மைக்கும் ஏற்ப கற்பித்தல் முறைகள் வடிவமைக்கப்படவும் மற்றும் தோ்ந்தெடுக்கப்படவும் வேண்டும்”[1] அதாவது கற்பவா் இயல்பின் அடிப்படையிலும் கற்பிக்கப்படும் பாடப்பொருளின் அடிப்படையிலும் கற்பித்தல் அமைந்திருக்கும்.

தேசிய நிறுவனம்

மாற்றுத் திறனாளிகள் மேம்பாட்டுக்கான தேசிய நிறுவனம் சென்னை கோவளம் முட்டுக்காடு அருகே கிழக்குக் கடற்கரைச் சாலையில் 15 ஏக்கா் பரப்பளவில் அமைக்கப்பட்டுச் சேவையாற்றி வருகின்றது. இங்கு மறுவாழ்வு மருத்துவம், மறுவாழ்வு உளவியல், ஊனமுற்றோருக்கான தொழில்பயிற்சி, பேச்சு, கேட்டல்

மற்றும் தொடா்புப்பயிற்சி, சிறப்புக் கல்வி, கண்பார்வையின்மையோடு இணைந்த காது கேளாமை, செயல்முறை மருத்துவம், 0-3 வயதில் தொடக்கக்கால பயிற்சி, செயற்கை அவயங்கள் மற்றும் முடநீக்குச் சாதனங்கள் பொருத்துதல், உணா்வு உறுப்புகள் குறைபாட்டுக்கான ஒருங்கிணைப்புப் பயிற்சி, சமுதாயம் சார்ந்த மறுவாழ்வு பணிகள் ஆகிய சேவைகள் வழங்கப்படுகின்றன.[2] இதுபோன்ற பணிகள் போற்றுதற்குரியனவாகும்.

ஆவாஸ் ரீடா்

மாற்றுத் திறனாளி மாணவா்களுக்கு வழிகாட்டும் “ஆவாஸ் ரீடா” எனும் சிறப்புச் செயலியைப் பள்ளிக் கல்வித்துறை வடிவமைத்து வெளியிட்டுள்ளது. மாற்றுத் திறனாளி மாணவா்களின் தனித்திறனை அடையாளம் காண்பதுடன், கற்றல் குறைபாட்டை நீக்கும் வகையில் மெட்ராஸ் டிஸ்லெக்சியா அசோசியேஷன் உதவியுடன் “எம்.டி.ஏ. ஆவாஸ் ரீடா” என்ற சிறப்புச் செயலி வடிவமைக்கப்பட்டுள்ளது.

மாற்றுத் திறனாளி மாணவா்களுக்கு கல்வி கற்பிக்கும் சிறப்பு ஆசிரியா்கள், ஆவாஸ் ரீடா் செயலியைத் தங்களுடைய ஆண்ட்ராய்டு ஃபோனில் பதிவிறக்கம் செய்து கொள்ள பள்ளிக் கல்வித்துறை உத்தரவிட்டுள்ளது. இச்செயலியில் வாசிப்பு, கற்றல் எழுத்துக்களை அடையாளம் காணுதல், கணக்குகளுக்கு விடை கண்டறிதல், மாற்றுத் திறனாளிகளின் கற்றல் திறனை அளவிடுதல் போன்ற வசதிகள் இடம்பெற்றுள்ளன. இவற்றைப் பயன்படுத்தி நிறை, குறைகளைத் தெரிவிக்கவும் சிறப்பு ஆசிரியா்களுக்கு அறிவுறுத்தப்பட்டுள்ளது. மேலும் வகுப்பறைச் செயல்பாடு, மாணவரின் வாசிப்புத்திறன் செயலி மூலமாக மாற்றுத் திறனாளிகளுக்குக் கற்பித்தல் உள்ளிட்ட பல்வேறு அம்சங்கள் இடம்பெற்றுள்ளன.

டிஸ்லெக்சியா எனப்படும் வாசிப்புக் குறைபாடு

டிஸ்லெக்சியா (dyslexia) எனப்படும் வாசிப்புக் குறைபாட்டை முதன்முதலாக விவரித்தவர் பிரிங்கல் மோர்கன் (Pringle Morgan) என்ற ஒரு பொது நல மருத்துவர். பெர்சி என்ற ஒரு 14 வயது பையனைப் பற்றி 1896-ல் பிரித்தானிய மருத்துவ ஆய்விதழில் (British Medical Journal) பதிவு செய்தார். "இவன் புத்திசாலியான ஒரு பையன், அறிவைப் பொருத்தவரையில் யாருக்கும் குறைந்தவன் அல்ல. நன்றாகப் பேசுவான். ஆனால் அவனுக்கு வாசிக்க இயலாமல் இருக்கிறது. அவன் எழுத்தில் மிகையான எழுத்துப் பிழைகள் உள்ளன. உதாரணமாக, Percy என்ற தன் பெயரை Precy என்றும் carefully, peg என்ற சொற்களை முறையே carfuly, pag என்றும் எழுதுகிறான். அவனால் 7 என்ற எண்னை வாசிக்க முடியும், அனால் அதையே ஏழு என்று சொல் வடிவில் எழுதினால் வாசிக்க முடியவில்லை. அவனுக்கு கண் பார்வையில் கோளாறு எதுவுமில்லை."[3] இது வாசிப்புக் குறைபாடு (reading disability), கற்றல் குறைபாடு (learning disability), தனிப்பட்ட கற்றல் குறைபாடு (specific learning disability) என்று பல பெயர்களால் அழைக்கப்பட்டாலும் டிஸ்லெக்சியா என்ற பெயராலேயே இந்தியாவில் பெரும்பாலும் அறியப்படுகின்றது. தமிழில் இதை வாசிப்புக் குறைபாடு என்று அழைப்பது பொருத்தமாக இருக்கும் (இது படிப்புக் குறைபாடு அல்ல என்பதைக் கவனிக்கவும்). இவர்கள் வாசிப்பில் பல வகையான பிழைகள் இருக்கும். ஓர் எழுத்தை விட்டுவிட்டு வாசிப்பது (தகவல் → தகல்), ஓர் எழுத்துக்குப் பதிலாக வேறு ஓர் எழுத்தைப் புகுத்துவது (பகுப்பு → பருப்பு), ஒரு சொல்லுக்குப் பதிலாக வேறு ஒரு சொல்லைப் பாவிப்பது (தவறு → தப்பு) போன்ற பல வாசிப்புப் பிழைகள் இருக்கும். புதிய சொற்களைக் கற்றுக்கொள்ள சிரமப்படுவார்கள், ஒரு முறை கற்ற சொற்களை விரைவில் மறந்துவிடுவார்கள்.

டிஸ்லெக்சியா - கற்பித்தல் முறைகள்

டிஸ்லெக்சியா என்ற ஒரு வளர்ச்சிக் குறைபாடு உண்டு என்பதை அறியாதவர்கள் பலர் (ஆசிரியர் உட்பட) உள்ளார்கள். 'தாரே ஜமீன் பர்' (2007) என்ற இந்திப் படம் டிஸ்லெக்சியா உள்ள ஓர் எட்டு வயதுப் பையனின் நிறை, குறைகளை அழகாகக் காட்சிப்படுத்தி இருந்தது.

டிஸ்லெக்சியாவில் காணப்படும் மொழிசார் குறைபாடுகளை முழுமையாகத் தீர்க்க இயலாவிட்டாலும், கணிசமான அளவு நிவர்த்தி செய்ய முடியும். சராசரி மாணவர்களுக்குப் பயன்படுத்தப்படும் அதே கற்பித்தல் முறையை இக்குறையுடைய மாணவர்களுக்குப் பயன்படுத்திக் கற்பிப்பதால் பயன் இல்லை. அதாவது, கடும் வாசிப்புப் பயிற்சி அளிப்பது மட்டும் போதாது. டிஸ்லெக்சியாவில் உள்ள அடிப்படைக் குறைபாடு ஒரு சொல்லில் உள்ள ஒலியன்களை அல்லது அதில் உள்ள அசைகளைப் பிரித்துப் பார்க்க இயலாமையே. எனவே, இதை முறைப்படியாக, நுணுக்கமாகக் கற்றுக் கொடுக்க வேண்டும்.[4] இது சிறப்புக் கல்வி (special education) என்றும், குறைதீர் கல்வி (remedial education) என்றும் அழைக்கப்படுகிறது. இதற்கு சிறப்புப் பயிற்சி பெற்ற ஆசிரியர்கள் தேவை. வளர்ச்சி பெற்ற நாடுகளில் இம்மாதியான பயிற்சி சாதாரண பள்ளிக்கூடங்களிலேயே வழங்கப்படுகின்றது.

சிறப்பு ஆசிரியர்களைக் கொண்டு ஒவ்வொரு தொடக்கப் பள்ளியிலும், மேல்நிலைப் பள்ளியிலும் டிஸ்லெக்சியா உள்ள மாணவர்களுக்குத் தேவையான விசேட கல்வி வழங்கப்பட வேண்டும். இவர்களுக்கு வாசிப்புப் பயிற்சி அளிக்க சிறப்பு வளம்மிகு வகுப்புகள் (resource rooms) தேவை. இதில், ஒவ்வொரு நாளும் ஒரு கால அட்டவணையின் படி 3 அல்லது 4 மாணவர்கள் கொண்ட சிறு குழுக்களுக்கு சிறப்புப் பயிற்சி பெற்ற ஆசிரியர்களால் முறைப்படியாக 45 நிமிடங்கள் வாசிப்பு முறைப்படியாகக் கற்றுக் கொடுக்கப்படுகின்றது.

பிரைலி எழுத்து முறை

பிரைலி என்ற கண்பார்வை அற்றோருக்கான கற்றல் முறையை அறிமுகப்படுத்தியவா் 19-ஆம் நூற்றாண்டைச் சேர்ந்த "லூயிஸ் பிரைலி" ஆவார். இவரும் கண்பார்வையற்றவா். ஒவ்வொரு பிரைலி எழுத்தும் ஆறு புள்ளிகள் கொண்டுள்ள செவ்வகக் கலம் ஆகும். பார்வையற்றோரின் வாழ்வில் பிரைலியின் பங்களிப்பைக் கொண்டாடும் விதமாவும் பிரைலியின் கற்றல் முறையைப் பற்றிய விழிப்புணா்வை ஏற்படுத்தவும் அவா் பிறந்த தினமான ஜனவரி **4-**ஆம் தேதி "உலக பிரைலி தினமாகக்" கொண்டாடப்படுகின்றது.

அதிநவீனத் தொழில்நுட்பத்துடன் கூடிய புதிய டி.வி

உலகில் கண்பார்வை அற்றோரை அதிகம் கொண்டுள்ள நாடுகளின் பட்டியலில் இந்தியா முதலிடத்தில் உள்ளது. கண்பார்வையற்றோர் அல்லது காதுகேளாதோருக்கான அதிநவீன தொழில்நுட்பத்துடன் கூடிய புதிய டி.வியினை ஸ்பெயின் ஆராய்ச்சியாளா்கள் உருவாக்கியுள்ளனா். இதன்படி, டி.வி.யில் ஒளிபரப்பாகும் நிகழ்ச்சிகளின் வரிவடிவங்கள் பிரைலி முறைக்கு மாற்றப்பட்டு ஸ்மாட்ஃபோன் அல்லது லேப்டாப்-க்கு அனுப்பப்படும். இத்தொகுப்பு பிரத்யேக செயலியின் மூலம் விரல்களால் தொட்டுப் படித்துக் கொண்டே அவர்களும் தொலைக்காட்சி நிகழ்ச்சிகளை ரசிக்க முடியும்.

மாற்றுத்திறன் மாணவருக்குக் கல்வி கற்பிக்கும் ஆசிரியர்கள்

மாற்றுத்திறன் மாணவர்களுக்கென சிறப்பு ஆசிரியர்கள் பள்ளிகளில் நியமிக்கப்படுகின்றனர். மாற்றுத்திறனாளிகளின் கல்வித்தரத்தை மேம்படுத்தும் வகையில், ஆசிரியர்களுக்கும் பல்வேறு சிறப்புப் பயிற்சிகள் அளிக்கப்பட்டு வருகின்றன. பள்ளி தொடங்கும் ஒரு மணி நேரத்துக்கு முன்பாக மாற்றுத்திறன் கொண்ட மாணவர்களுக்கு எந்த மாதிரியான பாடம் கற்பிக்கலாம் என சக ஆசிரியர்களுடன் சிறப்பு ஆசிரியர்கள் ஆலோசனை பெற வேண்டும். அதுபோல் மாலை ஒரு மணி நேரம் கூடுதலாக மாற்றுத்திறன் கொண்ட மாணவர்களுக்கு என்ன கல்வி, பயிற்சி அளிக்கப்பட்டது என்று கலந்தாலோசிக்க வேண்டும்.

மாற்றுத்திறன் மாணவருக்கு அரசு நல்கும் சிறப்புக் கல்வி

மாற்றுத் திறனாளிகளாக அடையாளம் காணப்பட்ட பிறகு அவர்களுக்கு மருத்துவம், கல்வி, பொருளாதாரம், தொழில் என நான்கு வகைகளில் அரசு பல்வேறு உதவிகளை வழங்குகின்றது. பார்வையற்றவர், பேச்சுத் திறன் குறைந்தவர்கள், செவித்திறன் இழந்தவர், மனவளர்ச்சி குன்றியவர், கடும் உடல் ஊனமுற்றோர், தொழுநோயால் பாதிக்கப்பட்டு குணமடைந்தோர் ஆகிய மாற்றுத் திறனாளிகளுக்கு சிறப்புக் கல்வி அளிக்கப்படுகின்றது. அனைத்து அரசு மற்றும் அரசால் அங்கீகரிக்கப்பட்ட சாதாரண மாணவர்கள் பயிலும் பள்ளிகளில் மாற்றுத்திறனாளி மாணவர்கள் சேர்க்கப்படுகின்றனர். பார்வையற்ற மற்றும் செவித்திறனற்ற தொழில் துறை சார்ந்த இளங்கலை மற்றும் முதுகலை மாணவர்களுக்கு மாற்று மென்பொருளுடன் (editing software) கணிணி வாங்கவும் நிதியுதவி செய்யப்படுகின்றது. மேலும் மூளை முடக்குவாதத்தால் பாதிக்கப்பட்ட மாணவர்களுக்கு உதவும் ஆதார மென்பொருளுடன் (support access software) கணிணி வாங்கவும் நிதியுதவி செய்யப்படுகின்றது.

தொகுப்புரை

மாற்றுத் திறனாளிகளாக இருத்தல் என்பது அவர்களுடைய குற்றம் இல்லை. சமுதாயத்தில் உள்ள சகமனிதர்கள் மாற்றுத்திறனாளிகளைப் பார்க்கும் பார்வை மாற வேண்டும். மாற்றுத் திறனாளிகள் பலரும் தங்களுடைய உடல் குறைபாடுகளைப் பெரிதாக எண்ணுவதில்லை. மாறாக, சவாலாக ஏற்றுத் துணிந்து செயலாற்றி வாழ்வில் சாதிக்கின்றனர். சாதனையாளர்களாக உருவாகப் பல்வேறு கற்றல் செயலிகள், சிறப்புப் பயிற்சி பெற்ற ஆசிரியர்கள் மற்றும் அரசு நல்கும் உதவிகள் போன்றனவும் காரணங்களாகின்றன. மாற்றுத் திறனாளிகளுக்கான கற்றல், கற்பித்தல் தொழில் நுட்பங்களால் அவர்களுடைய முன்னேற்றப் பாதையைக் கண்டு சமுதாயத்தில் உள்ள பிற மனிதர்களின் மனதிலும் உத்வேகம் பிறக்கின்றது. மாற்றுத் திறனாளிகளை வாழ்வின் முன்னோடியாக எண்ணும் அளவிற்கு ஹெலன் ஹெல்லர் போன்ற எண்ணற்றோரின்

வாழ்க்கைப்பாதை நமக்கு வழிகாட்டுகின்றது. மாற்றுத் திறனாளிகளுக்கான கற்றல், கற்பித்தல் முறைகளை நாமும் பயின்று இயன்றவரை அவர்களுக்குப் பயனுள்ளவர்களாக வாழ்தல் வேண்டும். இன்றைய தொழில்நுட்பங்களால் மாற்றுத் திறனாளிகளின் வாழ்க்கையும் எளிதாகி உள்ளது.

அடிக்குறிப்புகள்

1. Westwood, P., (2008), What teachers need to Know about Teaching methods. Camberwell, Vic, ACER Prress.

கல்யாண சுந்தரம், எஸ்., (4 திசம்பா், 2013), "மாற்றுத் திறனாளிகளுக்கு மறுவாழ்வளிக்கும் மத்திய அரசு நிறுவனம்".

Morgan, W. P., (1896), A case of congenital word blindness. British Medical Journal, 2 (1871) : 1378.

Rose. J. (2013), Identifying and teaching children and young people with dyslexia and literacy difficulties. London, UK: Department of Children, Schools and Families.

துணைநூல் பட்டியல்

1. Albrecht, Gary LEncyclopedia of disability,
CA: SAGE Publications,2005.

Charlton, James I. Nothing about us without us : disability oppression and Empowerment,Berkeley, Calif. [u.a.]: Univ. of California Press,2004.

Masala, Carmelo; Petretto, Psicologia dell'Handicap e della Riabilitazione [TheDonatella RitaPsychology of Handicap and Rehabilitation],2008.

தமிழ் ஆய்வுக் கட்டுரைகளை வெளியிடத் தேவையான தளம்

முனைவர் மெய். சித்ரா
தலைவர், தமிழ்ப் பண்பாடு இயக்கம், ஆங்காங்
கைபேசி எண்: 99724 33300
மின்னஞ்சல் முகவரி: chitra.publications@gmail.com

ஆய்வுச்சுருக்கம்

தமிழில் பல்லாயிரக்கணக்கான கட்டுரைகள் கருத்தரங்குகளிலும் ஆய்வு இதழ்களிலும் ஒவ்வொரு வருடமும் வெளியிடப்பட்டு வருகின்றன. அவை அனைத்தும் நூல்களாகவும் பல தளங்களில், பெரும்பாலும் ஆய்வு இதழ்களாகவும் வருகின்றன. இப்போது உள்ள தளங்கள் வரையறைக்குட்பட்டு மிகச் சிலவே உள்ளன. எந்த மாநாட்டுக் கருத்தரங்க வெளியீடுகளைக் கண்டாலும், பொருண்மைகள் மீளுருவாக்கத்துடன் இருப்பதைக் காணும் போது ஆய்வாளர் மீண்டும் மீண்டும் ஒரே பொருண்மையை அதே வழியில் செய்து தங்கள் திறன்களை மற்ற பொருண்மைகளில் செலுத்தாமல் இருப்பதைக் காண முடிகிறது. ஓர் ஆய்வாளர் ஆய்வுக் கட்டுரைகளை எழுதும்போது அந்த பொருண்மைகள் முன்பு எவ்வளவு தூரம் ஆய்வு செய்யப்பட்டுள்ளது என்பதை அறிய ஏதுவாக ஒரு பொதுவான தளம் நம் தமிழ்மொழி ஆய்விற்குத் தேவை என்பதை இந்தக் கட்டுரை வலியுறுத்த விரும்புகின்றது. இக்கட்டுரை பிற மொழியில் இருக்கும் ஆய்வு தளங்களை அறிமுகப்படுத்தி, அதைப் போன்று தமிழிலும் இருக்க வேண்டும் என்று இதற்கு ஒரு வழியையும் நிறுவ முயல்கிறது.

அறிமுகம்

கல்லூரி பேராசிரியர்கள், உதவிப் பேராசிரியர்கள், பள்ளி ஆசிரியர்கள், இளங்கலை மற்றும் முதுகலை மாணவர்கள், ஆர்வலர்கள் என்ற நிலைகளில், ஆய்வாளர்கள் தங்கள் முடிவுகளைக் கட்டுரைகளாய் வெளியிடுவது பல ஆண்டுகளாக நடந்து வருவது. அவை பல வழிகளில் வெளியிடப்பட்டு வருகின்றன. தமிழில் பல்லாயிரக்கணக்கான கட்டுரைகள் கருத்தரங்குகளிலும் ஆய்வு இதழ்களிலும் ஒவ்வொரு வருடமும் வெளியிடப்பட்டு வருகின்றன. அவை அனைத்தும் நூல்களாகவும் பல தளங்களில், பெரும்பாலும் ஆய்வு இதழ்களாகவும் வருகின்றன.

இவை எதிர்கால ஆய்வாளர்களுக்கு அடிப்படையாக அமைபவை. ஆய்வுகளை அவற்றிலிருந்து தொடருவது, மேன்மேலும் ஆய்வுகளை மெருகேற்றும். **ஆனால்,** எந்த மாநாட்டுக் கருத்தரங்க

வெளியீடுகளைக் கண்டாலும், பொருண்மைகள் மீளுருவாக்கத்துடன் இருப்பதைக் காணும் போது ஆய்வாளர் மீண்டும் மீண்டும் ஒரே பொருண்மையை அதே வழியில் செய்து தங்கள் திறன்களை மற்ற பொருண்மைகளில் செலுத்தாமல் இருப்பதைக் காண முடிகிறது.

ஆய்வாளர்கள் ஆய்வுகளை மீளுருவாக்கம் செய்யாது, அதற்கு அடுத்த நிலை ஆய்வினை தொடர வேண்டுமெனில், அக்கட்டுரைகள், இன்றைய உலகில் இணையதளத்தில் இருக்க வேண்டிய அவசியமாகிறது. தமிழ் ஆய்வுகள் எவ்வாறெல்லாம் வெளியிடப்படுகின்றன என்பதை முதலில் சுட்டி, பிற மொழிகளில் கட்டுரைகள் இணையத்தில் எப்படி வெளியிடப்படுகின்றன என்பதை விளக்கி, தமிழில் ஒருங்கிணைந்த ஆய்வுத் தளத் தேவை பற்றி இக்கட்டுரை விளக்க உள்ளது.

ஆய்வு வெளியீடுகள்

ஆய்வுகள் பல விதத்தில் அச்சு ஏற்றப்படுகின்றன. அரசாங்க இதழ்கள், தனியார் இதழ்கள், கருத்தரங்க நூல்கள், ஆர்வலர் ஆய்வு நூல்கள் என்று பலவிதமாக ஆய்வு முடிவுகள் ஆய்வாளர்களுக்கு கிடைக்கும் வண்ணம் இருக்கின்றன.

இன்றைய ஆய்வாளர்கள் எந்த நிலையில் இருந்தாலும், தங்களது ஆய்வு முடிவுகளை, கணினியில் அச்சில் ஏற்றி, இதழ்களுக்கும் கருத்தரங்குகளும் அனுப்புவது இன்றியமையாததாகிவிட்டது.

கருத்தரங்க ஆய்வுகள் நூல்களாக வெளியிடப்படுகின்றன. பல ஆர்வலர்கள் தங்கள் ஆய்வுகளை விரிவான நூல்களாகவும் வெளியிட்டுள்ளனர். ஆய்வாளர்கள் தாங்கள் தேர்வு செய்யும் பொருண்மைகள், முன்பு ஏதேனும் ஆய்வாளர்களால் ஆய்வு செய்யப்பட்டுள்ளதா என்பதை அறிய வேண்டுமெனில் இந்த கருத்தரங்க நூல்களையும், இணையத்தில் இருக்கும் ஆய்வு கட்டுரைகளையும், தனியாரின் நூல்களையும் சுட்டி, அதற்கு மேலான விவரங்களைத் தர வேண்டும் என்பது ஆய்வுக் கோட்பாடு.

இன்றைய கருத்தரங்க ஆய்வேடுகளைப் பார்த்தால், பலரும் ஒரே தலைப்பில் கூறியவற்றை திரும்பத் திரும்ப கூறுவதை நாம் பல இடங்களில் காண முடியும். இது ஆய்வாளர்களின் நேரத்தையும் படிப்போரின்

நேரத்தையும் வீணாக்குகிறது என்பது ஆசிரியரின் கருத்து. ஆய்வுகளை மேற்படி எடுத்துச் செல்வதே ஆய்வாளர்களின் கடமையாக இருக்க வேண்டும். அதற்கு முந்தைய ஆய்வு கட்டுரைகள் அவர்களின் கைகளுக்கு எட்டும் வகையில் இருப்பது இன்றியமையாதது.

கடந்த நூற்றாண்டில் செய்யப்பட்ட ஆய்வு நூல்கள் பலவும், archive.org என்ற இணையதளத்தில் பதிவேற்றப்பட்டுள்ளதை ஆய்வாளர்கள் கவனத்தில் கொள்வது நலம். சங்க இலக்கியங்கள், இலக்கியங்களின் உரைகள், அகழ்வாராய்ச்சி முடிவுகள், அரசு உடைமை ஆக்கப்பட்ட நூல்கள் என்று பலதரப்பட்ட ஆய்வுக்கு தேவையான நூல்கள் இந்த தளத்தில் இலவசமாக கிடைப்பதை பயன்படுத்திக் கொள்ள வேண்டும். மீளுருவாக்கப்பட்ட பொருண்மைகளைத் தவிர்த்தல் வேண்டும். பேராசிரியர்கள் உதவிப் பேராசிரியர்கள், தங்களது மாணவ மாணவியரை புதிய புதிய பொருண்மைகளை ஆய்வு செய்ய ஊக்கப்படுத்தல் வேண்டும்.

தமிழ் மொழி ஆய்வுத் தளங்கள்

இது வரை செய்யப்பட்ட ஆய்வுகளின் முடிவுகள் சில இணையதளங்களில் பதிவேற்றப்பட்டுள்ளன. அத்தகைய இணைய தளங்களை இப்பகுதியில் தரப்பட்டுள்ளது.

தமிழ் பற்றிய ஆய்வுகள் தமிழ் நாட்டிலும், தமிழகம் விட்டு பல நாடுகளிலும் செய்யப்பட்டு வருகிறது. ஆய்வு முடிவுகள் பல ஆய்விதழ்களில் வெளியிடப்பட்டு வந்துள்ளன. அதில் குறிப்பாக சென்னை உலகத் தமிழாராய்ச்சி நிறுவனம் (International Institute of Tamil Studies) வெளியிடும் தமிழியல் இதழ் (Journal of Tamil Studies) UGC Care Listed 1973இல் இருந்து வெளிவருகிறது. இதழ்கள் அனைத்தும் இணையதளத்தில் அனைவரும் பயன்படுத்தும்படி பதிவேற்றப்பட்டுள்ளது.

மேலும் இ மதுரை உலகத் தமிழ்ச் சங்கம் வெளியிடும் உலகத்தமிழ்: பன்னாட்டு ஆய்வு காலாண்டு மின்னிதழ்; (An international Tamil Research Journal) (ISSN:2581−9712), 2018 ஆம் ஆண்டு முதல் வெளியிடப்பட்டு வருகிறது. அவை அனைத்தும் இணையதளத்தில் பதிவேற்றப்பட்டுள்ளது.

மலாயப் பல்கலைக்கழகத்தில் தமிழ்ப் பேராய்வு ஆய்விதழ் (Journal of Tamil Peraivu) (eISSN :2636-946X, Print ISSN:2286-8379) எனும் அரையாண்டு ஆய்விதழ் 2015ஆம் ஆண்டு முதல் இணையத்தில் வெளியிடப்பட்டு வந்துள்ளது.

மலாய நாட்டின், பென்டிடிகன் சுல்தான் இட்ரிஸ் பல்கலைக்கழகம் (Universiti Pendidikan Sultan Idris, MALAYSIA வளர்தமிழ் ஆய்விதழ் (Journal of Valartamil) (eISSN:2821-3157) அரையாண்டு ஆய்விதழ் 2020ஆம் ஆண்டு முதல் இணையத்தில் வெளியிடப்பட்டு வந்துள்ளது.

தமிழகத்தில் உள்ள பல்கலைக்கழகங்கள், ஆய்வு மாணவர்களின் முனைவர் பட்ட ஆய்வுகளின் பதிவை இணையத்தில் வெளியிட்டுள்ளன.

மேலும் பல்வேறு தனியார் இணையதளங்களும் ஆய்வுக்கட்டுரைகளை வெளியிட்டு வருகின்றன. பல்வேறு புதிய ஆய்விதழ்களும் 2022 முதல் வெளியிடப்பட்டு வருகின்றன.

பயெர்	விதம்	பதிவ எண்	துவங்கிய	வெளியிடுபவர்
நவீனத் தமிழாய்வ, பன்னாட்டு பன்முகத் தமிழ் ஆய்விதழ் Journal of Modern Thamizh Research	காலாண்டு மின்னிதழ்	ISSN-2321-984X	2013	Raja Publications
Shanlax International Journal of Tamil	காலாண்டு மின்னிதழ்	P-ISSN: 2454-3993 E-ISSN: 2582-2810	2016	S.Lakshmanan
தமிழ் மொழி மற்றும் இலக்கிய பன்னாட்டு ஆய்விதழ் International Journal of Tamil Language and Literary Studies (IJTLLS)	அரையாண்டு	2581-7140 (ONLINE)	2018	Maheshwari Publishers
சர்வதேசத் தமிழ் ஆய்விதழ் International Research Journal of Tamil	மின்னிதழ்	ISSN:2582-1113 (online)	2019	IOR Press
அரண் பன்னாட்டு தமிழாய்வ மின்னிதழ் Aran International e-Journal of Tamil Research	காலாண்டு மின்னிதழ்	ISSN:2582-399X	2019	முனைவர் பிரியா கிருஷ்ணன்
தமிழ் ஆய்வ ஆராய்ச்சியின் சர்வதேச நடுவர் இதழ் IRJTSR – International Refereed Journal of Tamil Studies	காலாண்டு மின்னிதழ்	ISSN 2582-5313	2019	Mahizhini publication
International Research Journal of	காலாண்டு	E-ISSN: 2582-7030	2020	Vahai Publication
இந்தியத் தமிழ் ஆய்விதழ் Indian Journal of Tamil (IJOT)	காலாண்டு மின்னிதழ்	E ISSN 2582-662X	2020	Asian Research foundation
ஆய்வ – பன்னாட்டுத் தமிழாய்வ மின்னிதழ் Aaivu – International Tamil Research Journal	காலாண்டு மின்னிதழ்		2020	Prabha Publishing House
மாயன் பன்னாட்டுத் தமிழாய்விதழ் Maayan International Journal of Tamil Research (MIJTR)	காலாண்டு மின்னிதழ்	E-ISSN: 2583-0449	2021	Maayan Publications

பிற மொழி ஆய்வுத் தளங்களின் அறிமுகம்

முனைவர் பட்ட ஆய்வின் போது பல ஆய்வு இதழ்களைப் படிக்க வேண்டி இருக்கும். பல ஆண்டுகளுக்கு முன்பு இத்தகைய ஆய்வு இதழ்கள் அச்சடிக்கப்பட்டு வெளியிடப்பட்டு வந்தன. ஆனால் தற்போது அத்தனை இதழ்களும் இணையதளத்தில் கிடைக்கப்பெறுகின்றன. இதன் மூலம் பல ஆய்வுக் கட்டுரை இணையதளங்கள் இருப்பதைக் காண முடிகிறது.

இவை அனைத்திற்கும் நாம் பல இணையதளங்களுக்கு சென்று பல விஷயங்களை பெற வேண்டி இருக்கும். இணையதளத்தில் ஒரு சிறந்த விஷயம் நாம் வீட்டில் இருந்து கொண்டே உலகம் முழுவதும் சுற்றிவர இயலும். உலகில் உள்ள பல அருங்காட்சியக இணைய தளங்களுக்குச் சென்று பல ஆதாரங்களை தேடி பார்க்க முடியும்.

- Web of Science
- Scopus
- Google scholar
- Researchgate
- Academic.edu

மேற்கூறப்பட்ட தளங்களில், நமக்கு தேவையான பொருண்மைகளை தேடுபொறியில் இட்டால், அந்தப் பொருண்மைகளில் பதிவேற்றப்பட்ட கட்டுரைகள் ஒருங்கே அட்டவணைப்படுத்தப்படும். இது ஆய்வாளர்களுக்கு, மேற்படியான ஆய்வுகளைச் செய்ய மிகவும் உதவிகரமாக இருப்பது வெளிப்படை.

ஒருங்கிணைந்த ஆய்வுத்தளத் தேவை

முனைவர் பட்ட மாணவர்கள், பல ஆய்வு அரங்குகளுக்கு சென்று, பல ஆய்வு இதழ்களை படித்து, தாங்கள் தேர்வு செய்த தலைப்பில், இதற்கு முன்னர் செய்திருக்கும் ஆய்வுகளை எல்லாம், ஆய்வு செய்து,

அதற்கு அடுத்த நிலை ஆய்வினை செய்வதே நடைமுறையில் இருக்கும் வழக்கம். தற்போது பல அரங்குகளில் வெளியிடப்பட்ட ஆய்வு முடிவுகள் நூல்களாக மட்டுமே வெளியிடப்படுகின்றன. அவை அனைத்தும் இணையதளங்களில் பதிவேற்றப்படும், முனைவர் பட்ட மாணவர்களுக்கு அது மிகவும் பயனுள்ளதாக இருக்கும். அவர்களது ஆய்வுகளை மேம்படுத்த உதவும். மாணவர்கள் தாங்கள் செய்யும் ஆய்வு காலத்தில், பல ஆய்வுக் கட்டுரைகளை எழுதுவது அவர்களது ஆய்வினை மெருகேற்றும் என்பது வெளிப்படை.

கருத்தரங்கம் நடத்துவோர், நூல்களாய் வெளியிடும் அதே நேரத்தில், அவற்றை இணையதளத்திலும் இடம் பெறும் வகையில் பதிவேற்றம் செய்தால், அது ஆய்வாளர்களுக்குப் பெரும் நன்மை பயக்கும்.

இன்றைய இணையதளங்களில் பல கட்டுரைகள் கட்டணமின்றி பார்க்கும்படி அமைக்கப்பட்டுள்ளன. ஆனாலும் ஏதோ ஒரு தலைப்பில் நாம் எதையாவது தேட வேண்டும் எனில், அதை செய்வது மிக கடினம் இருக்கிறது. அதை எளிமைப்படுத்த வேண்டும் எனில், இந்த இணையதளங்களை எல்லாம் இணைத்து ஒருங்கிணைந்த தளத்தை அமைத்து, உரிய தேடு பொறியினைக் கொடுத்தால் நம்முடைய ஆய்வுகளை நாம் அடுத்த நிலைக்கு எடுத்துச் செல்ல இயலும் என்று இக்கட்டுரை ஆசிரியர் நம்புகிறார்.

முடிவுரை

ஓர் ஆய்வாளர் ஆய்வுக் கட்டுரைகளை எழுதும்போது அந்த பொருண்மைகள் முன்பு எவ்வளவு தூரம் ஆய்வு செய்யப்பட்டுள்ளது என்பதை அறிய ஏதுவாக ஒரு பொதுவான தளம் நம் தமிழ்மொழி ஆய்விற்குத் தேவை என்பதை இந்தக் கட்டுரை வலியுறுத்த விரும்புகின்றது. இக்கட்டுரை பிற மொழியில் இருக்கும் ஆய்வு தளங்களை அறிமுகப்படுத்தி, அதைப் போன்று தமிழிலும் இருக்க வேண்டும் என்று இதற்கு ஒரு வழியையும் நிறுவ முயல்கிறது.

விரல்களே கண்கள்

முனைவர் சி.தேவி
உதவிப்பேராசிரியர்,தமிழ்த்துறை
தி ஸ்டாண்டர்டு ஃபயர்ஒர்க்ஸ் இராஜரத்தினம் மகளிர் கல்லூரி, சிவகாசி.
9442936396
devi-tam@sfrcollege.edu.in

Abstact

Human disabilities have been divided into major categories such as sensory impairment, intellectual disability, neurological disability, and physical disability. In 1784 Valentine Have established a school for the blind in Paris. Maths through Taylor Frame – calculating device, Louis Braille – through tactile reading device, language lessons, music and handicrafts – basket making, seat weaving, weaving, bamboo carving etc. were taught. Braille – for literature reading, Tyler frame – for math reading, raised diagrams – for science reading, 3D model, screen reader, keyboard, audio book are learning tools for the blind.

அறிமுகம்

இறைவன் படைப்பில் அரிய படைப்பு மானுடப்பிறப்பு. அதனினும் அரிது கூன் குருடு செவிடு பேடு இன்றி பிறத்தல் அரிது என்றார் ஔவையார். குயவன் தான் செய்யும் பானைகள் அனைத்தையும் சரியாகச் செய்ய வேண்டும் என்றே விரும்புவான். இருப்பினும் அவ்வப்போது சில பிழைகள் ஏற்படும். அது போல இறைவன் படைப்பில் ஏற்பட்ட பிழைகளே மாற்றுத்திறனாளிகள் என்று சுட்டப்படுகின்றனர். இவர்களுக்கான கல்வி முறை இங்கே கண்ணுறப்படுகின்றன.

மனிதனின் குறைபாடுகள்

- புலன் குறைபாடு
- அறிவுத்திறன்குறைபாடு
- நரம்பியல் குறைபாடு
- உடலியக்கக்குறைபாடு என்று மனிதனின் குறைபாடுகள் பெரும்பகுப்பாக பகுக்கப்பட்டுள்ளது.

இக்குறைபாடு உடையவர்கள் ஊனமுற்றோா் என்று சுட்டப்படுகின்றனர். முன்னாள் முதல்வா் முத்தமிழ் அறிஞர் டாக்டர்.மு.கருணாநிதி அவர்கள் மாற்றுத்திறனாளி எனும் பெயர் சூட்டினார். அது உண்மை தான். ஒரு உறுப்பில் குறை உள்ளவர்களுக்கு அத்திறன் மாற்று உறுப்பில் சேர்ந்து இரட்டிப்பாக இருக்கும். கண் குறை உள்ளவர்களுக்கு காதும், மூக்கும் மிகவும் கூர்மையாக இருக்கும்.

ஒரு குறைபாட்டுடன் மன வேதனையளிக்கும் சூழ்நிலையும் ஒன்றிணையும் ஊனம் என்பது ஏற்படுத்தப்படுவது, பெறப்படுவது அன்று எனச்சொல்லலாம்.

ஹெலன் கெல்லர் கூறுவது போல பார்வை குறைபாட்டினைப் பற்றிய மக்களின் மனப்பான்மை தாங்க இயலாத சுமையாகும். குறைபாடுள்ள ஒருவரின் மீது காட்டப்படும் அதீத இரக்கம் பல சமயங்களில் எதிர்மறையான மனப்பான்மையை ஏற்படுத்தி குறைபாடுள்ளவர் மேலும் மற்றவர்களைச் சார்ந்திருக்குமாறு செய்கிறது. சிலசமயம் இம்மனோபாவம் சலிப்பூட்டும் படியாக ஒரே மாதிரியாக உள்ளது. சுருக்கமாகச் சொன்னால் பழுதுபடுதல் குறைபாடு மற்றும் ஊனம் என்ற சொற்கள் கல்விக் கண்ணோட்டத்தில் வெவ்வேறு பொருள் கொண்டவை.

ஊனம் என்பது உடலில் தான் மனதில் இல்லை என்று மாற்றுத்திறனாளிகள் ஊக்கத்தோடு செயல்பட பல்வேறு திட்டங்கள், தீட்டப்பட்டன சட்டங்கள் இயற்றப்பட்டன. கல்வி மாற்றுத்திறனாளிகளுக்கு உற்ற துணையாக முடியும் என்பது முன் வைக்கப்பட்டது. தொடக்க காலத்தில் கொல்லப்பட்டு பின்னா் புறக்கணிக்கப்பட்டு, கேலிப்பொருளாக, பரிதாபத்திற்குரியவர்களாக பார்க்கப்பட்ட மாற்றுத்திறனாளிகளுக்காக பயிற்சி அளிக்கவும் கல்வி வழங்கவும் சிறப்புப் பள்ளிகளும் கல்விநிறுவனங்களும் பல்வேறு நாடுகளில் நிறுவப்பட்டன.

மாற்றுத்திறனாளிகளுக்கான கல்வி

பிரான்சு போர் காலங்களில் மாற்றுத் திறனாளிகளுக்கான கல்வி நடவடிக்கைகள் மேற்கொள்ளப்பட்டன. கண்பார்வையற்றவர்களான மாியதெரிசா மற்றும் வின் பேரடைஸ் ஆப் வியனா என்பவர்களின் அசாத்தியமான வியப்பூட்டும் சங்கீத அரங்கேற்றமானது வேலன்டைன் ஹவே என்பவரை வெகுவாக ஊக்குவித்தது.

அதன் விளைவாக அவர் 1784 ஆம் ஆண்டில் பேரிஸ் நகரில் கண்பார்வையற்றோருக்கான பள்ளியை நிறுவினர். அதைத்தொடர்ந்து மேற்கு ஐரோப்பாவில் பல பள்ளிக்கூடங்கள் நிறுவப்பட்டது. மேலும் இந்த எண்ணம் 1880 ஆம் ஆண்டு முதல் ஐக்கிய நாடுகளிலும் பரவியது.

எளிமையான தொழில்நுட்பத்துடன் கூடிய பயிற்சி நிரம்பிய அடிப்படை கல்வி சார்ந்த பாடம் வழங்கப்பட்டது. பார்வை இழந்தோர்க்கு இலக்கியங்களை தடித்த ரோமன் எழுத்துகளில் கொடுத்தனர். 1834 இல் பிரான்ஸ் நாட்டைச் சார்ந்த லூயி பிரெயில்

தடித்த புள்ளிகளின் தொகுப்பு

முழு நிறைவான தொகுப்பு என்ற முறைகளை உருவாக்கினார். அவர் கண்டுபிடித்த தடித்த புள்ளித் தொகுப்பிற்கு "பிரெயில்" என்று அவர் பெயரே வழங்கப்பட்டது.

மாற்றுத்திறனாளிகளுக்கான கல்வி நிறுவனம்

1791 ஆம் ஆண்டு இங்கிலாந்தின் லிவர்பூல் என்னும் இடத்தில் முதல் பார்வையற்றோர் பள்ளி நிறுவப்பட்டது. அமெரிக்க மதப்பிரசாரகர்கள் மூலம் 1883 இல் காது கேளாதோருக்கான முதல் கல்வி நிறுவனம் மும்பையிலும் 1887 ஆம் ஆண்டு பார்வையற்றோருக்கான முதல் கல்வி நிறுவனம் அமிர்தரசிலும் நிறுவப்பட்டது. பார்வையற்றோருக்கான இரண்டாம் பள்ளி செல்வி.ஏ.கே.ஆஸ்க்வித் என்பவரால் தமிழ்நாட்டில் பாளையங்கோட்டை என்னுமிடத்தில் நிறுவப்பட்டது. தொடர்ந்து 1947 ஆம் ஆண்டு வரை இந்தியாவில் பார்வையற்றோருக்கான 32 பள்ளிகள் நிறுவப்பட்டன. இன்று இந்தியாவில் 3200க்கும் மேற்பட்ட சிறப்புப்பள்ளிகள் செயல்படுகின்றன.

பார்வையற்றோருக்கான கற்பிக்கும் பாடங்கள்

டெய்லர் பிரேம் –கணக்கிடும் கருவி மூலம் கணிதமும்லூயி பிரேயில் – தொட்டுணர்ந்து படிக்கும் கருவி மூலம் மொழிசார் பாடங்களும் இசை மற்றும் கைத்திறன் வேலைப்பாடுகள்–கூடைமுடைதல் இருக்கைபின்னுதல்,நெய்தல், மூங்கில் வேலைப்பாடுகள் போன்றவை கற்றுக்கொடுக்கப்பட்டன. இவை

பாரம்பரிய முறையில் பார்வையற்றோருக்கு இயல்பான வாழ்க்கை வாழ உதவி செய்வதாக அமைக்கப்பட்டுள்ளன. மனிதனின் தொடுதல் உணர்ச்சியை பயன்படுத்துகின்றது

பார்வையற்றோருக்கான கற்பித்தல் முறைகள்

பார்வையற்றோருக்காக சிறப்புக்கல்வி. உள்ளடங்கிய கல்வி,உயர்கல்வி கல்வி இணைச்செயல்பாடுகள் என கற்பித்தல் முறைகள் உருவாக்கப்பட்டன. மாற்றுத்திறனாளி குழந்தைகளுக்காக சிறப்பாக வடிவமைக்கப்பட்ட பாடத்திட்டம், பயிற்சி பெற்ற ஆசிரியர்களைக் கொண்டு செயல்படுத்தப்படும் "சிறப்புக்கல்வி"சக மாணவர்களோடு இணைந்து கற்கும் உள்ளடங்கிய கல்வி என்று இரு வகை கற்பித்தல் முறைகள் உள்ளன.

" கோத்தாரி கல்விக்குழுவின் உற்று நோக்குதலின் இலக்கானது,உலகு தழுவிய துவக்ககல்வி சிறப்புக்குழந்தைகளின் தொகுதிகளையும் இக்கூட்டமைப்பில் இணைப்பதையே சார்ந்துள்ளது. ஆனால் தேசிய கல்விக் கொள்கை 1992 –இன் மதிப்பீட்டின்படி ஒரு சதவீதம் மாணவர்கள் மட்டுமே இத்திட்டத்தின் பட்டியலில் சேர்ந்துள்ளனர். சிறப்புப் பள்ளிகளின் மூலம் சட்டரீதியான கல்விக் கட்டமைப்பானது குறைந்த நிலையிலேயே வளர்ச்சியை ஊனமுற்றோருக்கு அளித்தது. இருப்பினும் 90 சதவீத வளர்ச்சியை பொது பள்ளிகளின் மூலமாக தான் அடைய இயலும் என்ற உண்மையும் புரிந்தது."

ஒருங்கிணைந்த கல்வித்திட்டத்தில் பார்வைக்குறையுடைய மாணவர்கள் பொதுப்பள்ளியில் பயிலும் போது சிறப்புக்குழந்தைகளுக்கான சிறப்பு ஆசிரியர்களும் பயன்படுத்தப்பட்டனர். கற்றல் திறனும் மேலோங்கிக் காணப்பட்டது.

உள்ளடங்கிய கல்வியானது எவ்வித வேறுபாடுமின்றி அனைத்துக் குழந்தைகளையும் சமமாக பாவிப்பதாகும். அந்த கல்வி அமைப்பானது குறைபாட்டை மட்டும் சரிசெய்வது அன்று. மாறாக சக மாணவர்களுடன் இணங்கி பயில்வதற்கான கற்றல் சூழ்நிலையையும் ஏற்படுத்தித் தருகிறது.

ஒருங்கிணைந்த கல்வித்திட்டத்தினால் பயனடைந்த மாற்றுத்திறனாளிகளின் எண்ணிக்கை அதிகரிக்க உள்ளடங்கிய கல்வித்திட்டம் உதவியது. மேலும் அவர்களை அதிகத்திறன் படைத்தவர்களாக மாற்றுகிறது.

உள்ளடங்கிய கல்விக்கு ஆயத்தப்படுத்துதல்

உள்ளடங்கிய கல்வியில் மாற்றுத்திறனாளிகளை இணைக்கும் முன் சில பயிற்சிகள் கொடுத்து அவர்களை ஆயத்தப்படுத்த வேண்டும். அவை,

- புலன்களுக்குப்பயிற்சி
- முன்பருவ ப்ரெயில்பயிற்சி
- பிரெயில் வாசித்தல் மற்றும் எழுதுதல்
- புலன்களுக்குப்பயிற்சி

புலன்களின் பயிற்சி உள்ளடங்கிய கல்வியின் முதல்படி எனலாம். அதாவது மீதமிருக்கும் பலன்களை கேட்டல், தொடுதல், சுவைத்தல் மற்றும் நுகரும் திறன்களுக்கு பயிற்சி அளித்து செயல்பட வைத்தலாகும். எளிமையான முறைகளில் அங்கு கிடைக்கும் பொருட்களை கொண்டே பயனுள்ள பயிற்சி அளிப்பதே இதன் திட்டமாகும்.

முன்பருவ ப்ரெயில்பயிற்சி

முன்பருவ ப்ரெயில்பயிற்சி கொடுக்கும் பொழுது நேரடியாக எழுத்துக்களை கற்பித்தல் தவிர்க்க வேண்டும் என்பதை ஸ்டெயின் வலியுறுத்தினார். அதற்கு பதிலாக இப்பயிற்சியில் பல்வேறு விளையாட்டு உபகரணங்களை அறிமுகப்படுத்துகின்றனர். இப்பயிற்சியின் நோக்கம் தொடுஉணர்வின் மூலம் கூர்ந்தறியும் திறனை குழந்தைக்கு பழக்கப்படுத்துவது ஆகும். பாடக் கருத்துக்களை புடைப்பு எழுத்துகள் மற்றும் தடவிப் பயிலும் படிவங்கள் (ப்ரெயில்) பயிற்சி மூலம் படித்துக் கற்றனர்.

பிரெயில் வாசித்தல் மற்றும் எழுதுதல்

முன் பருவ ப்ரெயில் பயிற்சியோடு ப்ரெயிலை கற்பிக்க வேண்டும். அறிவியல் முறையில் ப்ரெயில் கற்பிப்பதை ஆதரித்து ஸ்டெயின் என்பவர் 1995 ஆம் ஆண்டு ப்ரெயில் வாசித்தல் – முதல்படி

ப்ரெயில் புள்ளி எழுத்துகளை அறிதல்

- ப்ரெயிலில் எழுதும் கடைசி நிலை என்ற 3 உற்று நோக்குதலைக் கூறியுள்ளார்.
- கற்றல் உபகரணங்கள்
- பிரெயில் பலகை – இலக்கியம் படிக்க
- டைலர் பிரேம் – கணிதம் படிக்க
- மேடுறுத்தப்பட்ட வரைபடங்கள் – அறிவியல் படிக்க
- முப்பரிமாண மாதிரி
- திரை வாசிப்பான்
- தட்டச்சு பலகை

ஒலிப்புத்தகம்

பிரெயில் பலகை – ஆகியவை பார்வையற்றோருக்கான கற்றல் உபகரணங்கள் ஆகும்.

புற்றெழுத்து அல்லது பிரெயில் எனும் எழுத்துமுறை ஆறு புள்ளிகள் கொண்டுள்ள செவ்வகக்கலம் ஆகும். புள்ளிகள் 6 இடநிலைகளில் எங்கேயும் உயர்த்தப்பட்டு (2^6) அதாவது 64 எழுத்துச் சேர்ப்புகள் அமைக்கப்படும். சில இடங்களில் புள்ளிகள் உயர்த்தப்படாமல் அமையும்.

o o   oo   oo

o o   -- A1   **o**o – – முற்றுப்புள்ளி **o**o –– ஆச்சரியக்குறி

o o   oo   **oo**

பாரதி புடையெழுத்து அல்லது பாரதி பிரெயில் என்பது லூயி பிரெயில் உருவாக்கி ஆறு புள்ளி அமைப்பை அடிப்படையாகக் கொண்டு இந்திய மொழித் தன்மைக்கேற்ப உருவாக்கப்பட்ட முறையாகும். ஆறு புள்ளிகள் மூன்று இடைவரிசைகளாகவும், இரண்டு நெடு வரிசைகளாகவும் அமைக்கப்படும் தன்மையுடையது. 64 எழுத்துருக்கள் இந்தியமொழிகளின் ஒலிப்புகளின் அடிப்படையில் உருவாக்கப்பட்டது.

டைலர் பிரேம்

பெர்க் குச்சிகளால் எண்கள் அடையாளப்படுத்தப்பட்டிருக்கும். ஒவ்வொரு எண்ணிற்கும் ஒரு வடிவம் உருவாக்கப்பட்டிருக்கும். குச்சிகள் அமைக்கப்பட்டுள்ள திசை மற்றும் வடிவத்தை அடிப்படையாகக் கொண்டு எண்கள் மற்றும் குறியீடுகள் அடையாளம் காணப்படுகின்றன. அதைத் தொட்டுணர்ந்து கணிதம் கற்கின்றனர்.

திரைவாசிப்பான்

பார்வையற்றோர் கணினியை இயக்க பயன்படுத்தும் பேச்சொலி மென்பொருள் திரைவாசிப்பான். இம்மென்பொருள் திரையில் தோன்றும் அனைத்து ஒருங்குறி எழுத்துருக்களை படித்துக்காட்ட. தமிழ் ஒருங்குறி எழுத்துகளை படிக்க திரைப்பேசி உள்ளது. இது திரை நவிலி என்றும் திரைப்பேசி என்றும் அழைக்கப்படுகிறது.

பிரித்தானிய நிறுவனமான பிரிஸ்டல் பிரெய்லி டெக்னாலஜி பார்வையற்றவர்களுக்கான ஒரு மின் – ரீடரை அறிமுகப்படுத்தினர். இது அவர்களது வாசிப்பு அனுபவத்தை அதிகரிப்பதோடு அவர்களது இன்னல்களை அறவே களைவதாக அமைகிறது எனலாம். Canute 360 என்று இச்சாதனத்திற்கு பெயரிடப்பட்டது. இது ஒரு நேரத்தில் ஒன்பது வரிகளை அல்லது வழக்கமான அச்சின் ஒரு பக்கத்தில் மூன்றில் ஒரு பகுதியைக் காட்டுகிறது.

ஸ்கிரீன் **ரீடர்**

என்பது உதவிதொழில்நுட்பத்தின் ஒரு வடிவமாகும் (AT) [1] இது உரை மற்றும் பட உள்ளடக்கத்தை பேச்சு அல்லது பிரெய்ல் வெளியீடாக வழங்குகிறது. ஸ்க்ரீன் ரீடர்கள் என்பது மென்பொருள் செயலி ஆகும், அவை சாதாரண கண்பார்வை உள்ளவர்கள் காட்சியில் என்ன பார்க்கிறார்கள் என்பதை காட்சி அல்லாத வழிகளில், உரையிலிருந்து பேச்சு , ஒலி ஐகான்கள், அல்லது பிரெய்லி சாதனம் . என்று பலவிதமான நுட்பங்களைப் பயன்படுத்துவதன் மூலம்

பார்வைத்திறனற்றவர்கள் அறிய உதவுகிறது. எடுத்துக்காட்டாக, அர்ப்பணிக்கப்பட்ட அணுகல் தன்மை APIகளுடன் தொடர்பு கொள்வது, பல்வேறு இயக்க முறைமை அம்சங்களைப் பயன்படுத்துதல் (இடை–செயல்முறை தொடர்பு மற்றும் பயனர் இடைமுக பண்புகளைவினவுதல் போன்றவை) மற்றும் ஹூக்கிங் நுட்பங்களைப் பயன்படுத்துதல்.

அணுக முடியாத, படிக்கக்கூடிய மற்றும் அணுகக்கூடிய ஆவணங்களைக் காட்டும் ஸ்கிரீன் ரீடரைப் பயன்படுத்தும் ஒருவரின் உதாரணம்

மைக்ரோசாப்ட் விண்டோஸ் இயக்க முறைமைகள் விண்டோஸ் 2000 முதல் மைக்ரோசாப்ட் நேரேட்டர் ஸ்கிரீன் ரீடரைச் சேர்த்துள்ளன , இருப்பினும் ஃப்ரீடம் சயின்டிஃபிக்கின் வணிக ரீதியாகக் கிடைக்கும் JAWS ஸ்கிரீன் ரீடர் மற்றும் ZoomText திரை உருப்பெருக்கி மற்றும் என்வி அணுகல் மூலம் இலவச மற்றும் திறந்த மூல திரை ரீடர் என்விடிஏ போன்ற தனித்தனி தயாரிப்புகள் மிகவும் பிரபலமாக உள்ளன. இயக்க முறைமை. Apple Inc. இன் macOS , iOS , மற்றும் tvOS ஆகியவை வாய்ஸ்ஓவரை உள்ளமைக்கப்பட்ட திரை ரீடராக உள்ளடக்கியது ,

Talk Back சேவை

பார்வையற்றோர் பயன்படுத்தும் பிரெய்லி முறையை மொபைல்களிலும் கூகுள் நிறுவனத்தினர் **Talk Back** சேவை என்ற பெயரில் வழங்கி வருகின்றனர். ப்ரெய்லியின் ஆறு புள்ளிகளை வைத்து உருவாக்கப்பட்டுள்ளது. இதனைப் பயன்படுத்தி பார்வையற்றோர்களும் நேரடியாக மொபைலில் தட்டச்சு செய்யலாம். **Talk Back** சேவைபார்வையற்றோருக்காக ஏற்படுத்தப்பட்டால், வாசித்துக் காட்ட வேண்டிய தேவையிருப்பதாலும் திரையில் தோன்றும் அமைத்தும் கண்காணிக்கப்படுகிறது. ப்ரெய்லி கீபோர்டு ஆண்ட்ராய்டு 5.0 மற்றும் அதற்கு மேலுள்ள இயங்குதளங்களில் பயன்பாட்டிற்கு வரும்.

இச்சேவை மூலம் மாற்றுத்திறனாளிகள் இணையத்தைப் பயன்படுத்தவும், சாட் செய்யவும்,மெயில் அனுப்புவதும், புத்தகங்கள் வாசிப்பதும், போட்டித்தேர்வுகளில் பங்கேற்கவும் செய்கிறார்கள்.

கூகிளின் ஆண்ட்ராய்டு Talk Back திரைரீடர் மற்றும் அதன் ChromeOS ChromeVox ஐப் பயன்படுத்தி பயன் பெறுகின்றனர். இதேபோல், அமேசானின் ஆண்ட்ராய்டு சார்ந்த சாதனங்கள் வாய்ஸ்வியூ ஸ்கிரீன் ரீடரை வழங்குகின்றன. ஸ்பீக்கப் மற்றும் ஓர்கா போன்ற லினக்ஸ் மற்றும் யூனிக்ஸ் போன்ற அமைப்புகளுக்கு இலவச மற்றும் திறந்த மூல திரை வாசகர்கள் உள்ளனர் .

திரை உருப்பெருக்கி

திரை உருப்பெருக்கி என்பது ஒரு கணினியின் வரைகலை வெளியீட்டுடன் இடைமுகப்படுத்தி விரிவுபடுத்தப்பட்ட திரை உள்ளடக்கத்தை வழங்குவதற்கான மென்பொருள் ஆகும். திரையின் ஒரு பகுதியை (அல்லது அனைத்தையும்) பெரிதாக்குவதன் மூலம், பார்வைக் குறைபாடு உள்ளவர்கள் சொற்களையும் படங்களையும் சிறப்பாகப் பார்க்க முடியும். இந்த வகையான உதவி தொழில்நுட்பம் சில செயல்பாட்டு பார்வை உள்ளவர்களுக்கு பயனுள்ளதாக இருக்கும்; பார்வைக் குறைபாடுகள் மற்றும் குறைவான அல்லது செயல்பாட்டு பார்வை இல்லாதவர்கள் பொதுவாக ஸ்கிரீன் ரீடரைப் பயன்படுத்துகின்றனர் .

உருப்பெருக்கத்தின் எளிமையான வடிவம், அசல் திரை உள்ளடக்கத்தின் விரிவாக்கப்பட்ட பகுதியை, 'ஃபோகஸ்' வழங்குகிறது, இதனால் முழுத் திரையில் சில அல்லது அனைத்தையும் உள்ளடக்கும். இந்த விரிவுபடுத்தப்பட்ட பகுதியில் பயனருக்கு ஆர்வமுள்ள உள்ளடக்கம் மற்றும் சுட்டிக்காட்டி அல்லது கர்சரும் இருக்க வேண்டும். பயனர் சுட்டிக்காட்டி அல்லது கர்சரை நகர்த்தும்போது, திரை உருப்பெருக்கி அதனுடன் கண்காணிக்க வேண்டும் மற்றும் புதிய விரிவாக்கப்பட்ட பகுதியைக் காட்ட வேண்டும். இந்த கண்காணிப்பு ஜெர்க்கியாகவோ அல்லது ஃப்ளிக்கர்களாகவோ இருந்தால், அது பயனரைத் தொந்தரவு செய்ய வாய்ப்புள்ளது. மேலும், சுட்டி அல்லது கர்சர் ஆர்வமுள்ள உள்ளடக்கமாக இல்லாமல் இருக்கலாம்: எடுத்துக்காட்டாக, மெனுவைத் திறக்கும் விசைப்பலகை குறுக்குவழிகளை பயனர் அழுத்தினால்,

பெரிதாக்கப்பட்ட பகுதி அந்த மெனுவுக்குச் செல்ல வேண்டும். பாப்-அப் விண்டோக்கள் மற்றும் சிஸ்டம் நிலை மாற்றங்களும் இந்த விரைவான மாற்றத்தைத் தூண்டலாம்.

திரை உருப்பெருக்கிகள் குறிப்பாக வயதான பயனர்கள் உட்பட குறைந்த பார்வை கொண்டவர்களுக்கு உதவியாக இருக்கும். இருப்பினும், 2001 ஆம் ஆண்டு ஒரு ஆய்வறிக்கையில், குறைந்த பார்வை கொண்டவர்கள் பெரும்பாலும் நடுக்கம் போன்ற கூடுதல் குறைபாடுகளைக் கொண்டிருப்பதாக விக்கி ஹான்சன் குறிப்பிட்டார்.

அம்சங்கள்

ஒன்று முதல்முதல் பதினாறு மடங்கு பெரிதாக்கம் செய்வதற்கான வரம்புகள் பொதுவானவை. பெரிதாக்கப்பட்டால் பார்க்கக்கூடிய அசல் திரை உள்ளடக்கத்தின் விகிதமும் சிறியதாக இருக்கும், எனவே பயனர்கள் தாங்கள் நிர்வகிக்கக்கூடிய மிகக் குறைந்த உருப்பெருக்கத்தைப் பயன்படுத்துவார்கள்.

திரை உருப்பெருக்கிகள் பொதுவாக குறிப்பிட்ட பார்வைக் குறைபாடு உள்ளவர்களுக்கு வேறு பல அம்சங்களை வழங்குகின்றன:

வண்ண தலைகீழ் . பார்வைக் குறைபாடுள்ள பலர் வண்ணங்களைத் தலைகீழாக மாற்ற விரும்புகிறார்கள், பொதுவாக உரையை கருப்பு-வெள்ளையிலிருந்து வெள்ளை-கருப்புக்கு மாற்றுகிறார்கள். இது திரையின் கண்ணை கூசுவதை குறைக்கலாம் மற்றும் வயது தொடர்பான மாகுலர் சிதைவு உள்ள வயதானவர்களுக்கு பயனுள்ளதாக இருக்கும் .

மென்மையாக்கும் . உரை அடைப்பு மற்றும் பெரிதாக்கப்படும்போது அடையாளம் காண கடினமாக இருக்கும். சில திரை உருப்பெருக்கிகள் இடைக்கணிப்பைப் பயன்படுத்தி , உரையை மென்மையாக்கும்.

கர்சர் தனிப்பயனாக்கம் . மவுஸ் மற்றும் டெக்ஸ்ட் கர்சர்கள் பெரும்பாலும் பல வழிகளில் மாற்றியமைக்கப்படலாம், எடுத்துக்காட்டாக, பயனர் அதை திரையில் கண்டுபிடிக்க உதவுவதற்காக அதை வட்டமிடுதல்.

வெவ்வேறு உருப்பெருக்க முறைகள் . திரை உருப்பெருக்கிகள் பெரிதாக்கப்பட்ட பகுதியை எவ்வாறு வழங்குகின்றன என்பதை மாற்றலாம்: முழுத் திரையை மறைத்தல், பெரிதாக்கப்படாத திரையைச் சுற்றி நகர்த்தப்படும் லென்ஸை வழங்குதல் அல்லது நிலையான பெரிதாக்கப்பட்ட பகுதியைப் பயன்படுத்துதல்.

குறுக்கு நாற்கள் . உருப்பெருக்கத்துடன் கூட, சில பயனர்கள் மவுஸ் பாயிண்டரைப் பார்ப்பதற்கு கடினமாகக் காணலாம். குறுக்குவெட்டுகள் – குறிப்பாக அவற்றின் அளவு, நிறம் மற்றும் ஒளிபுகாநிலை ஆகியவை தனிப்பயனாக்கக்கூடியதாக இருக்கும்போது – சுட்டிக்காட்டும் சாதனத்தைப் பயன்படுத்துவதை எளிதாக்கலாம்.

ஸ்கிரீன் ரீடர் . சில உருப்பெருக்கிகள் அடிப்படை ஸ்கிரீன் ரீடருடன் தொகுக்கப்பட்டுள்ளன, பயனர் சுட்டிக்காட்டும் அனைத்தையும் படிக்க அனுமதிக்கிறது.

இயக்க முறைமையுடன் கூடிய திரை உருப்பெருக்கிகள்

இயக்க முறைமையுடன் கூடிய திரை உருப்பெருக்கிகள் கணினித் திரையில் பார்வை குறைபாடு உள்ளவர்கள் படிக்க ஏதுவாக திரைப் பெருக்கம் செய்யப்படுகின்றது. அவற்றில் சில நிறுவனங்களின் பெயர்கள் கீழே கொடுக்கப்பட்டுள்ளன. அது மட்டுமல்லாமல் அவை கீழே பட்டியலிடப்படுகின்றன.ஹைக்கூவில் Magnify எனப்படும் பயன்பாடு உள்ளது. லினக்ஸ் அடிப்படையிலான இயக்க முறைமைகளிலும் த்ரை உருப்பெருக்கம் நடக்க வழி உள்ளது.

Compiz–Fusion சாளர மேலாளர் "மேம்படுத்தப்பட்ட ஜூம் டெஸ்க்டாப்" என்ற பெயரில் மிகவும் உள்ளமைக்கக்கூடிய செருகுநிரலைக் கொண்டுள்ளது.க்னோம் க்னோம்–மேக் கொண்டுள்ளது, இது 2015 இல் உள்ளதுக்னோம் ஷெல்லின் ஒரு பகுதியை உருவாக்குகிறது KDE இல் KMagnifier (KMag) உள்ளது. மைக்ரோசாப்ட் விண்டோஸ் இயக்க முறைமை விண்டோஸ் 98 (1998 இல் வெளியிடப்பட்டது) முதல் "பெருக்கி" பயன்பாட்டை உள்ளடக்கியது . இது ஒரு மவுஸ்–பொத்தான் நிலைமாற்றத்துடன் ஒருங்கிணைக்க முடியும்.

OS X இல் , விசைப்பலகை குறுக்குவழிகளைப் பயன்படுத்தி அல்லது மவுஸ் அல்லது டிராக்பேடுடன் ஸ்க்ரோலிங் செய்வதன் மூலம் உள்ளமைக்கப்பட்ட திரை உருப்பெருக்கம் அம்சத்தை எந்த நேரத்திலும் பயன்படுத்தலாம். திரை உருப்பெருக்கம் iOS சாதனங்களிலும் கட்டமைக்கப்பட்டுள்ளது.

தனித்த திரை உருப்பெருக்கி தயாரிப்புகள்

தனித்த திரை உருப்பெருக்கி தயாரிப்புகள் இயங்குறைகளிசார்ந்திருக்காமல் தனிக் கருவிகளாகப் பயன்படுத்தப்பட்டுள்ளன. டால்பின் லூனார் , மெய்நிகர் உருப்பெருக்கி , பெரிதாக்கு உரை என்று சிலவற்றைப் பட்டியலிடலாம்.

டால்பின் லூனார் – இப்போது சூப்பர்நோவா உருப்பெருக்கி, பேச்சு அல்லது சூப்பர்நோவா அணுகல் சூட் கொண்ட உருப்பெருக்கி என அழைக்கப்படுகிறது மெய்நிகர் உருப்பெருக்கி – குறுக்கு–தளம், திறந்த மூல உருப்பெருக்கி பயனாளிகளுக்கு உதவி செய்கின்றது.

இயங்குமுறை சார இத்தகைய உபகரணங்களின் வசதியைக் கொண்டு தமிழ் மொழிக்கும் இந்தியாவின் பிறமொழிக்குமான கருவிகளை உருவாக்க இயலும். அப்படி உருவாக்கப்பட்டுள்ளதா என்ற தகவல்கள் சரியாக ஆய்விற்குக் கிடைக்கவில்லை.

குறைபார்வைக்கான உபகரணங்கள்

கிட்டபார்வை உபகரணம்(உருப்பெருக்கி),தூரப்பார்வை உபகரணம் மின்னணு சாதனம் – மூடிய சுற்று தொலைக்காட்சி மற்றும் மின்னணு உருவ உருப்பெருக்கி,கண்ணாடி அல்லாத உபகரணம்,ஒளியை உட்கிரகிக்கக் கூடிய கண்ணாடி வில்லை, ஒளி அளவு,வாசிக்க மற்றும் எழுத உதவும் உபகரணங்கள்பெரிய அச்சு எழுத்து,கோளகமற்ற ஆடிகளின் பயன்கள் மற்றும் பார்வையைப்பயன்படுத்தும் பயிற்சிக்குப் பயன்படும் மின்னணுக் கருவிகள் தேர்வு எழுத உதவும் செயலி போன்ற பல செயலிகள் குறைபார்வைப் பிரச்சனையைக் குறைக்க வழி செய்கின்றன ஆனால் இச்செயலிளில் கணினி நிரலாக்கத்தைப் பயன்படுத்தி பல மொழிகளுக்கும் பயன்படுத்த இயலுமா என்ற விவரமும் குறைவாக உள்ளது.

கோவை தன்னார்வ நிறுவனம் **YESABLE** என்ற ஆண்ட்ராய்டு ஆப் ஒன்றை அறிமுகம் செய்துள்ளனர். தற்பொழுது ஆங்கில மொழியில் மட்டும் இயங்கும் இச்செயலியானது கூடிய விரைவில் பல மொழிகளுக்கும் விரிவாக்கம் செய்யப்பட இருக்கின்றன.

பார்வையற்றோருக்கான பயிற்சிகள்

அமெரிக்காவின் "விஷன் எய்ட்" மற்றும் ட்ரீஸ் பார் லைப் நிறுவனங்களுடன் மதுரை அரவிந்த் கண் மருத்துவமனை இணைந்து இலவசமாக பயிற்சியும், ஸ்மார்ட் போனும் வழங்குகிறார்கள். ஸ்மார்ட் போன் உதவியோடு குரல் வழி கற்கும் பயிற்சி வழங்கப்படுகிறது.

- மும்பை பயிற்சி மையம்
- ''ப்ரோ பிரெய்லி பிரிண்டர்
- கலிலியோ டெஸ்ட் ரீடர்
- பிரெய்லி மொழிபெயர்ப்பு சாப்ட்வேர்

கிராபிக்ஸ் கருவிகள் போன்ற கருவிகள் மூலம் பயிற்சி அளிக்கிறது. மைக்ரோசாப்ட் விண்டோஸ் அடிப்படையில் இயங்கும் ஸ்கிரீன் ரீடிங் சாப்ட்வேரான, "ஜாஸ்" சாப்ட்வேரும் பயன்பாட்டில் இப்பயிற்சி மையத்தில் உள்ளது.

பார்வைத்திறன் அற்ற ஆசிரியர்களுக்கு DELL நிறுவனத்தினர் தொடர்ந்து கணினிப்பயன்பாட்டிற்கான பயிற்சி வழங்கி வருகிறது. அவர்கள் பயன்படுத்தத்தக்க வகையில் விசைப்பலகை மற்றும் சில உபகரணங்களையும் வழங்கியுள்ளனர்.

வானோலி

பார்வையற்றோருக்கான முதல் வானொலி "அக்ஷ" என்ற பெயரில் நாக்பூரில் தொடங்கப்பட்டது. பார்வையற்றோர் கல்வி வளங்கள் மற்றும் ஒலிநூல்களை தடையின்றி பெற்றுக்கொள்ள இது உதவும்.

தொகுப்புரை

கல்வி தான் நம்மை சொந்தக் காலில் நிற்க துணை புரிவது. பிறர் துணைநாடும் மாற்றுத்திறனாளிகளுக்கு கல்வி, கண்ணை விட உயர்ந்தது. இக்கல்வியை மாற்றுத்திறனாளிகள் சிறப்பாக பெற்றுக் கொள்வதற்கு அறிவியல் மேலும் துணை நிற்கின்றது. இறைவன் படைப்பின் பிழையாகிய மாற்றுத்திறனாளிகளின் கல்வித்தேவையை முழுவதுமாக பூர்த்தி செய்ய அவரவர் தாய்மொழிகளில் இன்னும் பல தொழில்நுட்பங்கள் வரமாக வரவேண்டும்.

துணை நின்றவை

1. பார்வைக் குறைபாடுள்ளோருக்கான கல்வி –ஓர் அறிமுகம் ,
2. தமிழ்நாடு திறந்தநிலைப் பல்கலைக்கழகம்,
3. தொழில்நுட்பக் கல்வி இயக்க வளாகம், சென்னை –25. 2010
4. https://economictimes.indiatimes.com/magazines/panache/6-gadgets-that-make-life-easy-for-visually-challenged/intelligent-camera-app/slideshow/68264086.cms
5. Accessibility overview - Windows apps | Microsoft Learn
6. https://www.youtube.com/watch?v=qaxPpB8-vwk

சுற்றுசுழலும் தொழில்நுட்பமும்

P. Kaliyanantham
Asst. profoser
Tamil Department
Saiva bhanu kshatriya College
Aruppukottai.
Mail ID.
kaliyanantham@gmail.com

சுற்றுச்சூழல் மாசுபடுதல்

சுற்றுச்சூழல் தொழில்நுட்பம் என்பது நம்மை சுற்றியுள்ள சுற்றுச்சூழல் பாதுகாப்பு அத்துடன் நமது பாரம்பரியத்தையும் உள்ளடக்கியதுசுற்றுச்சூழல் மேலும் சுற்றுச்சூழல் தொழில்நுட்பம் அதுபற்றிய கல்வியையும் பயிற்சியையும் ஆராய்ச்சியையும் குறிக்கும் ஒரு தொண்டு நிறுவனமாக செயல்படுகிறது. இக்கல்வி மனித குலத்திற்கும் உலக உயிர்கோளத்திர்க்கும் இடையில் உள்ள உறவை மேம்படுத்துகிறது. மேலும் உயிருள்ள வற்றையும் உயிரற்ற அஃறிணை பொருள்களையும் எவ்வாறு கையாள வேண்டும் என்பது குறித்த ஒரு பயன்பாட்டு அறிவியல் ஆகும். இதனடிப்படையில் சுற்றுச்சூழல் மேலாண்மைக்கான தொழில் நுட்ப வழிமுறைகளை எவ்வாறு கையாள்வது என்பதை இக்கட்டுரை ஆராய்கிறது.

மனிதன் இயற்கை ஏற்படுத்தியுள்ள சுற்றுச்சூழலை பின்னணியாகக் கொண்டு வளங்களை பயன்படுத்தி சமுதாயத்தை வளர்த்துக் பொருளாதார முன்னேற்றத்தையும் உருவாக்கிக் கொள்கிறான் ஆகவே பூமியின் மேற்பகுதி காற்று, நீர், சூரிய ஒளி, ஆறுகள், மலைகள், இயற்கையான நிலப்பகுதிகள் கடற்கரை, காடுகள், மரம், செடி, கொடிகள், பறப்பன உயிர்கள் வாழ்கின்ற அண்டவெளி, வானம் போன்ற யாவையும் சுற்றுச்சூழல் எனலாம். சுருங்கக்கூறின் சுற்றுச்சூழல் என்பது ஒரு உயிரினத்தை சுற்றி காணப்படும். உயிருள்ள மற்றும் உயிரற்ற கூறுகளை உள்ளடக்கியது எனலாம்.

சுற்றுச்சூழல் மாசுபடுதல் ஜூன் 6ஆம் தேதி உலக சுற்றுச்சூழல் தினமாக உலகெங்கும் கொண்டாடுகிறார்கள். சுற்றுச்சூழலை காப்பதற்காக பிளாஸ்டிக் குப்பைகளை தடை செய்ய வேண்டும். மின் நுகர்வை குறைக்க வேண்டும். பழைய காகிதங்களையும் துணிகளையும் மறுசுழற்சி செய்து பயன்படுத்த வேண்டும் கரிம குப்பைகளை உரமாக வேண்டும் என்று வேண்டுகோள் விடுகின்றனர்.சுற்றுச்சூழல் சீர்கேட்டுக்கு நவீன உலகின் விவசாய பண்ணைகள், தொழிற்சாலைகள், வாகனங்கள் என பல வகையான காரணிகள் உள்ளன. சுற்றுச் சூழல் மாசுபடுவதால் கடல்மட்டம் உயர்தல் மழைக்காலத்தில் அதிக வெயில் கோடை காலத்தில் சில நேரங்களில் அதிக மழை உலக வெப்பமயமாதல் என்ற இயற்கையின் மாற்றங்களையும் அதனால் விளையும் துன்பங்களையும் மக்கள் முழுமையாக உணர்ந்து கொள்ளவில்லை. மக்களின் விழிப்பின் நோயால் சுற்றுச்சூழல் கேட்பதற்கான செயல்கள் அதிகம் நடைபெறுகின்றன.

மனித வாழ்க்கை சுற்றுச்சூழலை சார்ந்து அமைகிறது மனிதனின் பொருளாதார வாழ்க்கை சமூகம் மற்றும் கலாச்சாரச் செயல்பாடுகள் போன்றவையாகும் சுற்றுச்சூழலில் ஒரு வடிவம் பெறுகிறது ஆகவே எல்லா சூழல்களும் நிலைமைகளும் சுற்றுப்புறங்களில் தாக்கத்திற்கு உள்ளாகி அவற்றில் உள்ள உயிரினங்களை உயிரின குடும்பங்களை பாதித்துவிடும் செயல்பாட்டை சூழ்நிலை எனலாம்.

(வெல்ஸ்டன் புதிய அகராதி 2020)

சுற்றுச்சூழல் மாசுபடுதல்

ஜூன் ஆறாம் தேதியை உலகச் சுற்றுச்சூழல் தினமாக உலகம் கொண்டாடி வருகிறது. சுற்றுச்சூழலைக் காப்பதற்காக நெகிழி குப்பைகளை தடை செய்ய வேண்டும். மின்சார நுகர்வை குறைக்க வேண்டும் பழைய காகிதங்களையும் துணிகளையும் மறுசுழற்சி செய்து பயன்படுத்த

வேண்டும். கரிம குப்பைகளை உரமாக வேண்டும் என்னும் வேண்டுகோளை சுற்றுச்சூழல் அறிஞர்கள் கூறுகின்றனர்.

சுற்றுச்சூழல் சீர்கேட்டுக்கு நவீன வணிக நிறுவனங்கள் நிறுவனங்களால் சுற்றுச்சூழல் மாசுபடுகின்றன. இதனால், கடல் மட்டம் உயர்வு, மழைக்காலத்தில் அதிக வெயில், கோடைகாலத்தில் அதிக மழை உலக வெப்பமயமாதல் என்னும் இயற்கையின் மாற்றங்கள் மக்களையும் பிற உயிரினங்களையும் அதிகம் பாதிக்கின்றன.

சுற்றுச்சூழல் சீர்கேடு

இன்று உலக உயிர்கள் அனைத்தையும் அச்சுறுத்துவது சுற்றுச்சூழல் சீர்கேடு எனலாம் ஏனெனில், நம்மைச் சுற்றியுள்ள சுற்றுப்புறம் நாள்தோறும் மாசடைந்து வருகிறது. இதனால், உலக உயிர்களின் வாழ்நாள் சுருக்கிக் கொண்டே வருகிறது என்று அறிய முடிகிறது. மனிதவாழ்வின் ஆரோக்கியத்தை இது தடுக்கிறது. இதற்கு காரணம் மனிதனின் நடவடிக்கைகள் எனலாம். ஏனென்றால், உயிர் படைப்பில் மனிதனை தவிர அனைத்து உயிரினமும் சுற்றுச்சூழலை தானே பாழ் படுத்துவதில்லை. ஆனால் மனிதகுலம் மட்டுமே தனது அழிவை தானே தேடிக் கொள்ளும் அவல நிலையை உருவாக்கி வருகிறது. அறிவியல் தொழில்நுட்ப கண்டுபிடிப்புகள் பொருளியல் ரீதியில் மனித வாழ்வை வளப்படுத்தும் நிலை ஒருபுறம் உள்ளது என்றாலும், உயிரிகளையும் சுற்றுச்சூழலையும் எண்ணிப் பார்க்கும்போது அவை பலதரப்பட்ட அழுக்குகளைசுமந்துகொண்டு அழியும் அபாய நிலையில் மற்றொருபுறம் இருப்பதை காணமுடிகிறது. அதாவது இயற்கைக்கு மாறான வாழ்வில் சுற்றுச் சூழலைப் பாதித்துக் கொண்டு இருக்கும் அவல நிலை உருவாகி வருகிறது. மனிதனைத் தவிர அனைத்து உயிரினமும் தன் சுற்றுச்சூழலை தானே பாழ் படுத்திக் கொள்வதில்லை ஆனால் மனிதகுலம் மட்டுமே தன் அழிவை தானே தேடிக் கொள்ளும் அவல நிலையை உருவாக்கி வருகிறது. இயற்கையை போற்றிக் காத்தல் அதன் வழி அடையும் பயன்கள்

என்பது இன்று காலத்தின் கட்டாயமாக உள்ளது என்பதை மனிதன் உணர வேண்டும் இத்தகைய சிந்தனைகளைத் தான் சுற்றுச்சூழல் சார்ந்த அறிஞர்கள் சிந்தித்து வருகிறார்கள். ஒரு நாட்டின் செல்வ வளத்தில் மூன்றில் ஒரு பங்கைக் காடுகள்தான். வழங்குகின்றன என்று இயற்கையியல் அறிஞர்கள் கூறுகிறார்கள்.

மக்கள்தொகையும் சுற்றுச் சூழலும்

இன்று இந்தியாவின் மக்கள் தொகை 130 கோடியைத் தாண்டி கொண்டிருப்பதால் நாட்டில் மக்கள் வசிக்கும் பரப்பளவு விரிந்து கொண்டே வருகிறது. இதற்காக, காடுகளும் விளைச்சல் நிலங்களும் அழிக்கப்பட்டு பல அடுக்கு மாடி வீடுகளும் வானளாவிய கட்டடங்களும் எழுப்பப்படுகின்றன அதிக நகரங்கள் தோன்றி சுற்றுச்சூழலை மாசுபடுத்துகின்றன மனிதன் அதிக கல்வியறிவு பெற்று இருந்தாலும் சுற்றுச்சூழலை மாசுபடுத்தும் அழுக்கை மாற்றக்கூடிய வழிமுறைகளை மனிதன் இன்னும் தேடிக் கொண்டிருக்கிறான்.

காற்று மாசுபடுதல்

இன்று அறிவியலும் தொழில்நுட்பமும் வளர்ந்து கொண்டே வருகிறது என்றாலும் மனிதன் பயன்படுத்தும் அறிவியல் சாதனங்கள் தொழில் நுட்பக்கருவிகள் காற்றை மாசுபடுத்தி வருகின்றன. இவற்றை எரிபொருள் புகை செய்யும் அழிவு தொழிற்சாலை புகைகளால் விளையும் அறிவு

போக்குவரத்து வாகனங்களால் விளையும் அழிவு என்னும் இம்மூன்றும் பூவுக்குள் உறங்கும் நாகம் போல புகை வழி வரும் கார்பன் மோனாக்சைடு சுற்றுப்புறச் சூழலின் பொலிவைச் சிதைத்து நச்சும் படுத்தும் அபாயச் செயலை செய்து வருகின்றன.

ஒலி மாசுபாடு

காதுகளில் மூலம் விருப்பமில்லாத மனதிற்கு ஒவ்வாத ஒலியே இரைச்சல் எனப்படும். உடல்நலக்குறைவு, மன அழுத்தம் ஆகியவற்றை இது ஏற்படுத்துகிறது. தொழிற்சாலை இயந்திரம்

விமானம் போக்குவரத்து சாதனங்கள் ஆகியவை வெளியிடும் ஒலி அதிக காலம் நீட்டிக்கும் போது காதுகளில் கேட்கும் திறனைப் பாதிக்கின்றன. மன அழுத்தத்தையும் ஏற்படுத்துகின்றன. அதிக ஒலியால் சுற்றுச்சூழலுக்கு ஏற்படும் பாதிப்பை கருத்தில் கொள்ள வேண்டும். 125 டெசிபல் அளவுக்கு மேல் ஒலிகளை அதிகமாகாமல் இருக்கும்படியாக வைத்துக்கொள்ள வேண்டும். இரைச்சல் அற்ற சூழல் மனிதனுக்கு அமைதி, இன்பம் ஆகியவை நிறைந்த வாழ்வைத் தருகின்றது.

ஓசோன் மண்டலம்

பூமியின் காற்று மண்டலத்தை சுற்றியுள்ள படலமே ஓசோன் மண்டலம் ஆகும். இது சூரியனிலிருந்து புற ஊதாக்கதிர்களை காற்று மண்டலத்திற்கு வருவதைத் தடுக்கிறது. சூரியனிலிருந்து வரும் அதிக வெப்பத்தைக் கட்டுப்படுத்தி பூமிக்கு ஏற்ற அளவிலான வெப்பத்தை அனுப்புகிறது. ஓசோனில் ஏற்படும் ஓட்டைக்குக் காரணம் குளோரோ புளோரோ கார்பன் என்னும் ரசாயனப் பொருளாகும். குளிர்சாதனப்பெட்டி, பெட்ரோல், டீசல் போன்றவை பயன்படுத்துவதால் உண்டாகும் கார்பன் விண்ணில் சென்று சூரியனின் புற ஊதா கதிர்களால் குளோரின் பிரிந்து ஓசோன் படலத்தை ஓட்டை ஆக்குகிறது.

இதனால்உயிரியல் சம்பந்தமான குறைபாடுகள் நிகழ்கின்றன மனிதனுக்கும் தோல் நோய்கள் புற்று நோய்களை உண்டாக்குகின்றன. செடிகளுக்கு பாதிப்பு உண்டாகிறது பயிர்களின் வளர்ச்சியையும் பலன்களையும் குறைத்து விடுகிறது.பருவநிலை மாற்றங்கள் ஏற்படுகின்றன சுற்றுச்சூழலை பாதுகாக்க வில்லை என்றால் வாழ்வதற்கு தகுதி இல்லா பூமியை தான் நாம் நமது அடுத்த தலைமுறையினருக்கு விட்டுச் செல்லவேண்டியிருக்கும் நம் விருப்பப்படி வாழ்ந்துவிட்டு இயற்கை அன்னையின் தண்டனையிலிருந்து தப்பிக்க யாராலும் முடியாது இதை கருத்தில் கொண்டுதான்.

இயற்கை சமுதாயம் சூழ்நிலை தேவை பழக்கம்

இவை கோணத்தில் இயங்குகின்ற மனிதன் அவன்

இயற்கை சமுதாயம் இரண்டை உணர்ந்தும் மதித்தும்

எஞ்சிய மூன்றை சீராய் இணைத்து ஆற்ற இன்பமயம்

(ஞானக் களஞ்சியம் 1256)

மனிதனுக்காக மட்டுமல்ல

இவ்வுலகம் மனிதனுக்காக மட்டும் படைக்கப்பட்டது அல்ல. புல், பூண்டு, தாவரம், மரம், நுண்ணுயிர்கள், வைரஸ்கள், பறவைகள், விலங்கினங்கள் என பல உயிர்களுக்கும் சேர்ந்தே படைக்கப்பட்டது. ஆனால், மனிதன், தான் மட்டுமே வாழவேண்டும் என்று எண்ணி மற்ற பல்லுயிர்களை வேட்டையாடி அழித்து, ஒழிக்க நினைக்கின்றான். இதனால், உலகின் உணவுச்சங்கிலி அறுக்கப்பட்டு ஒன்றை ஒன்று மோதை செய்து அல்லல் பட்டு வாழ்கிறான். அடுத்த நூறு ஆண்டுகளில் இந்த உலகைக் கடும் வெப்பம் தாக்கும். கடல் மட்டம் உயர்ந்து தாழ்வான பகுதிகளில் பெரும் வெள்ளம் ஏற்பட்டு மக்கள் பாதிக்கப்படுவர் என்று சுற்றுச்சூழல் விஞ்ஞானிகள் அறிவித்துள்ளனர். அடுத்த நூறு ஆண்டுகளில் உலகின் வெப்பநிலை 6 டிகிரி செல்சியஸ் வரை உயரும் என்கின்றனர். கடந்த நூறு ஆண்டுகளில் உலகின் வெப்பநிலை உயர்ந்து வருகிறது. தொழிற்சாலைகளிலிருந்து வெளிவரும் ரசாயன வாயுக்கள், குளிர்சாதனப் பெட்டியில் இருந்து வெளிப்படும் வாயுக்கள், ரேடியோ அலைகள், அலைபேசி அலைகள், ரேடார் அலைகள், சார்ட்டிலைட் இல் இருந்து வீசும் அலைக்கற்றைகள் போன்ற எண்ணற்ற அலைகள் பிரபஞ்சத்திலிருந்து சூரியன் சந்திரன் மற்றும் பல கிரகங்களில் இருந்து பூமிக்கு வரும் அலைகளை சிதைத்து சின்னாபின்னமாக்கு கின்றன.

சமநிலைக்கு இடையூறு

1917இல் ரேடியோ கண்டுபிடித்து பரப்பியதனால் 1918இல் ஃப்ளு பரவி பல ஆயிரம் பேரைத் தாக்கியது. 1968இல் ரேடார் கருவி கண்டுபிடிக்கப்பட்டு அதன் அலைவீச்சுகளால் ஹாங்காங்கில் ஃப்ளு காய்ச்சல் பரவியது. இப்படி உலகெங்கும் இயற்கையாக பரவி இருக்கும் எலெக்ட்ரிக் மேக்னெட்டிக் பீல்டை செயற்கையான ரேடியோ, ரேடார் மற்றும் சாட்டிலைட் இன் ஒலி க்கற்றைகள் சிதைக்கின்றன. இதனால், சூரிய, சந்திர, ஜூபிடர், செவ்வாய் போன்ற கோள்களில் இருந்து வரும் காஸ்மிக் கதிர் வீச்சுகள் கூட்டாக பூமியில் பட்டு சமநிலையில் வைத்திருக்கும். இது பூமியின் பாதுகாப்பு கவசத்தை நிலைகுலையச் செய்கின்றன. சுற்றுச்சூழலை மாசுபடுத்தும் போது உறங்கிக் கிடக்கும் வைரஸ்கள் விழித்து எழுகின்றன.

ஊஹான் செய்த வேலை

சமீபத்தில் நூறு ஆயிரம் சார்ட்டிலைட் உடன் 5ஜி யை முதலில் நிறுவிய நகரம் ஊஹான் நகரம் தான் அந்த சீன நகரத்தில் தான் சைத்தான் கோரோனா பரவி இருப்பது அனைவருக்கும் தெரியும். 5g நிறுவிய ஆறு மாதங்களில் கோரோனா வைரஸ் பரவத்தொடங்கியது. இந்த 3ஜி, 4ஜி, 5ஜி அலைக்கற்றைகளை நமது நெஞ்சிலும் பாக்கெட்டுகளில் கைகளிலும் சுமந்து திரிகிறோம். எவ்வாறு ஒரே நிமிடத்தில் இங்கிருந்து வாஷிங்டனுக்கும் ஜப்பானுக்கும் உடனடியாக தொடர்புகொள்ள முடிகிறதோ அவ்வாறே ஆறே மாதங்களில் கொரோனா வைரஸ்கள் உலகமெங்கும் நோய்த்தொற்றைப் பரப்பியதை அறிந்தோம்.

சுற்றுச்சூழல் கெடுதல்

விண்வெளி ஆய்வால் ஏற்படும் இயற்கை வளங்களை அழித்து கட்டடங்களைப் பெருக்குவது, காடுகளைக் கண்மூடித்தனமாக அழிப்பது போன்றவற்றால் உலகில் வெப்பம்

அதிகரித்துள்ளது. இதனால், இதனை **குளோபல் வார்மிங்** என்பர் இதன் பாதிப்பு பற்றி இயற்கை ஆர்வலர்கள் கடுமையாகக் கண்டித்தும் இதுவரை யாரும் கண்டு கொள்ளவில்லை.

உருகும் பனிப்பாறைகள்

காற்றில் கார்பன் டை ஆக்சைடு வாயுவின் அளவு 37 சதவீதம் அதிகரித்துள்ளது. இந்த வாயு சுவாசிப்பதற்கு ஏற்றது அல்ல. இதனால் வட துருவத்தில் உள்ள பனிப்பாறைகளின் மொத்த அளவில் 15% உருகி விட்டன. பனிக்கட்டிகளின் 40 சதவீதம் குறைந்துவிட்டது. பனிப்பாறைகள் வேகமாக உருகி வருகின்றன. இதனால் கடலின் நீர்மட்டம் அதிகரிக்கும். தாழ்வான பகுதிகளில் வறட்சி அல்லது பெரு வெள்ளம் ஏற்படும். சீனா வின் பேர்ல் ஆற்றுப் பகுதி, எகிப்தின் நைல் நதி போன்றவற்றில் பெரும் வெள்ளம் ஏற்படும்.

அழிக்கப்படும் காடுகள்

நுண்ணுயிர்கள் தோற்றத்துக்கும் நோய்களை உண்டாக்கும் நுண்ணுயிர்களின் பெருக்கத்தை கட்டுப்படுத்தும் காரணியாகவும் காடுகள் உள்ளன கொரோனா போன்ற ஆபத்தான நுண்ணுயிர்கள் தோன்றுவதையும் காடுகள் கட்டுக்குள் வைக்கின்றன என்பது டெக்சாஸ் பல்கலைக்கழக ஆய்வின் முடிவாகும். தினமும் 12 ஆயிரம் வகை உயிரினங்கள் இந்த உலகிலிருந்து மடிந்து மறைந்த படி உள்ளன. 40,000 வலகையான உயிரினங்கள் சுவடுகளே இல்லாமல் அழிந்து போய்விட்டன. வாழும் இடம் அழிந்தால் அதற்கு ஏற்ப அங்கு வாழும் இனமும் அழியும். அதாவது 6 சதவீத காடுகள் அழிந்தால் 2 சதவீத உயிரினங்கள் அழிந்து போகும். ஒவ்வொரு உயிர் வகையும் ஒரு போட்டியாளர் பிறந்து முன்னதை நீக்கி விடுவார். அப்போது எல்லா இனங்களும் தத்தம் இடத்தை காலி செய்து ஆக வேண்டும் என்பது இயற்கையின் நியதி. கடந்த 10 லட்சம் ஆண்டுகளில் மனிதனை தவிர அவனுடன் உடன்பிறந்த வேறு 12 வகை உயிரினங்கள் மறைந்துவிட்டன என்பது அறிஞர்களின் கருத்து.

உலகம் வெப்பமயமாதல் காரணம்

ஒவ்வொரு 200, 500 ஆண்டுகளுக்கு ஒரு முறை இந்தக் கொள்ளை நோய்கள் உலகை ஆட்டிப்படைக்கும். ஆனால் 2000 முதல் 2020 வரை 20 ஆண்டுகளுக்குள் சார்க், கொரோனா போன்ற ஐந்து வகை கொள்ளை நோய்கள் சில உலகைத் தாக்கியதற்கு வெப்பமயமாதல் ஆவதே முதல் காரணம். சகாரா பாலைவனத்திலிருந்து வெட்டுக்கிளிகள் ராஜஸ்தானுக்கு படை எடுப்பதற்கும் உலக வெப்பமயமாதலே காரணம் ஆகும்.

அரசு தனியார் அமைப்புகள்

தொழில் வளர்ச்சி என்னும் பெயரில் காடுகளும், நீர் நிலைகளும் மற்ற இயற்கை வளங்களும் அழிக்கப்படுகின்றன. மேலும், இயந்திரமயமாதல், நகர மயமாதல், தொழில்மயமாதல் உள்ளிட்ட காரணங்களால் நிலம், நீர், காற்று போன்ற அனைத்தும் மாசு படுத்தப்படுகின்றன. தனியார் நிறுவனங்கள், பொதுமக்கள் ஆகியவற்றின் பொறுப்பற்ற போக்கினால் ரசாயன கழிவுகள், மின்னணு கழிவுகள், அணுஉலை கழிவுகள் போன்ற துறை சார்ந்த கழிவுகளும் பெருகி மனிதர்களோடு இப்பூமியில் வாழும் அனைத்து உயிர்களின் உயிருக்கும் நல்வாழ்விற்கும் உலை வைத்துக் கொண்டிருக்கின்றன. அரசு அமைப்புகளும் பொருளாதார வளர்ச்சி என்ற பெயரில் இயற்கை வளங்களை அழிப்பதையும் சுற்றுச்சூழலை மாசு படுத்துவதையும் ஆதரிக்கும் போக்கிலேயே தொடர்ந்து செயல்படுகின்றன. இதற்கு இடையில் ஐக்கிய நாடுகள் அவை போன்ற தவிர்க்க முடியாத சில அமைப்புகளின் நெருக்குதல் காரணமாக சுற்றுச்சூழல் சட்டத்தை பெயரளவில் இயற்றிவிட்டு அவற்றை செயல்படுத்த முடியாத நிலைக்கு தள்ளுவது இல்லையே அரசு அமைப்புகள் தொடர்ந்து செயல்பட்டு வருகின்றன.

தமிழ்நாட்டில் மாசு கட்டுப்பாடு வாரியம் இந்த நிலையில்தான் பாலாறு பால் பட்டு போனது வேலூர் பகுதியின் நிலம் தோல் தொழிற்சாலை கழிவுகளால் நஞ்சு ஆனது. கரூர் திருப்பூர் போன்ற

இடங்களில் நிலத்தடி நீர் கூட மாசுபட்டது. இதுபோல இன்னும் பல சான்றுகள் கூறலாம். அரசு தனியார் பெரு வணிக நிறுவனங்கள் இதற்கு முதன்மை காரணமாக இருந்தாலும் அப்பகுதியில் வசிக்கும் குடிமக்களுக்கு இதில் பங்கு உண்டு. ஆனாலும், அவர்களின் போராட்டங்கள் வெற்றி பெறுவது இல்லை.

பாதுகாப்புச் சட்டங்கள்

இந்தியாவில் 1972இல் வனவிலங்கு பாதுகாப்பு சட்டம், 1974இல் தண்ணீர் பாதுகாப்பு மற்றும் மாசு தடுப்பு சட்டம், 1982இல் காற்று பாதுகாப்பு மற்றும் மாசு தடுப்பு சட்டம் 1986இல் சுற்றுச்சூழல் பாதுகாப்பு சட்டங்கள் உருவாக்கப்பட்டன. **தண்ணீர் பாதுகாப்புச் சட்டம்** தண்ணீர் மாசுபடுத்தலை தடுக்க மத்திய அளவிலும் மாநில அளவிலும் மாசு கட்டுப்பாட்டு வாரியம் செயல்பட்டு வருகிறது. **காற்று பாதுகாப்பு சட்ட**த்தின்படி மனித உயிர்களுக்கும், மற்ற உயிர்களுக்கும், தாவரங்களுக்கும், சுற்றுச்சூழலுக்கும் ஊறு விளைவிக்கும் வண்ணம் இரைச்சல் உள்ளிட்ட திட, திரவ, வாயு பொருள் காற்று மாசு களை உருவாக்கும் பொருள் என வரையறை செய்யப்பட்டது. ஆயிரத்து தொள்ளாயிரத்து எண்பத்தி ஆறில் சுற்றுச்சூழல் பாதுகாப்புச் சட்டம் உருவாக்கப்பட்டது. இந்தச் சட்டத்தில் தண்ணீர், காற்று உள்ளிட்ட அனைத்து வகையான மாசுகளை கண்டறிந்து கட்டுப்படுத்துவதற்கான ஒருங்கிணைந்த மாசுகட்டுப்பாட்டு வாரியம் அமைப்பதற்கான வழிவகை கண்டறியப்பட்டது.

இந்த சட்டம் வந்த பின் தான் முதல் முறையாக தண்ணீர் காற்று நிலம் மனித உயிர்கள் பிற படைப்புகள் நுண்ணுயிர்கள் ஆகியவற்றோடு இவை ஒன்றுக்கொன்று கொண்டுள்ள தொடர்பு ஆகிய அனைத்தும் இணைந்ததே சுற்றுச்சூழல் என்னும் பொருள் கவனத்திற்குக் கொண்டு வரப்பட்டது.

சுற்றுச்சூழலை மேம்படுத்தும் பணிகள்

மனிதனின் இத்தகைய மாசுபடுத்தும் போக்கு பெருகிக் கொண்டே இருந்தால் வருங்கால சந்ததியினருக்கும் சமுதாயத்திற்கும் வரப்போகும் அச்சத்தை அறிந்து மிகுந்த விழிப்புணர்வோடு செயல்பட வேண்டும். மேலும் மனித வளம் மேம்படுவதற்கான நடவடிக்கைகளை மேற்கொள்ள வேண்டும்.

இன்றைய உலகம் 1.நாகரீகங்கள், 2.அறிவியல், 3.தொழில்நுட்பம் பயன்பாடு என்னும் மூன்று தளங்களில் இயங்கி வருவதை அறிகிறோம். ஐன்ஸ்டீன் மாதிரியோ, நியூட்டன் மாதிரியோ, அடிப்படை கண்டுபிடிப்புகள் என்பது குறைவுதான். பெரும்பாலும் தொழில்நுட்ப பயன்பாடுகளே அதிகம் அதுவும் தன் தேவைகளுக்கு ஏற்ப பயன்பாடு கருதி உலகமெங்கும் பயன்பாட்டு பொறியியல்துறை (Utility Engineering) வளர்ந்து தனிச்சிறப்பு பெற்று வருகிறது.

அறிவியல் சாதனைகளும், சவால்களும் பெருகிவரும் மக்கள் தொகைக்கேற்ப மானிட வளர்ச்சி ஒன்றை மட்டுமே குறிக்கோளாகக் கொண்டுள்ளது. புதுப்புது புனைவுகளும் சிந்தனைகளும் தொழில் நுட்ப கருவறைகளின் கதகதப்பில் அடைக்காக்கப்பட்டு வருகின்றன.

சுற்றுச்சூழலை மேம்படுத்தும் நடவடிக்கைகள்

தொழில்நுட்பம் கதகதப்பில் அடைபட்டுக் கிடக்கும் இன்றைய சுற்றுச்சூழலை மேம்படுத்தும் நடவடிக்கைகளாக பின்வருவனவற்றை கூறலாம்

- தூய்மையான குடிநீர்
- பன்னாட்டு அணுக்கமான இணைப்பு சாலை
- பொது போக்குவரவு
- தொழில் நுட்ப மையம் மற்றும் தகவல் தொடர்பு மையம்
- கழிவு நீக்க பொருள் நீக்கம்
- எங்கும் பசுமை
- புதிய அரசியல் இயக்கம்

இவைகளை நடைமுறைப்படுத்த இன்று மனிதன் மூன்று வளங்களை கையாள வேண்டும்

- நவீன தொழில் நுட்ப வலிமை
- விண்வெளித்துறை
- கணினி மென்பொருள் துறை

போன்றவற்றால் மனிதன் சுற்றுச்சூழல் மேலாண்மையை மேம்படுத்தினால் இந்தியாவை உலக அளவில் நிலைநிறுத்த செய்யலாம்

நாட்டு உணர்வும் மொழி உணர்வும் போல இன்று சுற்றுச்சூழல் உணர்வு மனித சமூகத்தில் மேலோங்கி விளங்க வேண்டும் ஏனென்றால் ஆதிகாலத்தில் மனிதன் இயற்கையோடு இயைந்து இணைந்து ஒத்து வாழும் போது மனித குலத்தில் இன்றைய நோய், அவலங்கள் இல்லை. ஆனால் இன்று அறிவியலும் தொழில்நுட்பமும் வளர்ச்சியின் சிகரத்தை நோக்கி சென்று கொண்டிருக்கிறது என்றாலும் சுற்றுச்சூழல் அழிவை நோக்கி செல்லும் அபாய நிலையை சந்திக்க நேர்ந்தது பெரும் கவலையை தருகிறது.

நிறைவுரை

உலகில் மரங்களின் எண்ணிக்கையை அதிகப்படுத்த வேண்டும். ரசாயன வாயுக்கள் வரும் வகையில் எந்தப் பொருட்களையும் எரிக்கக் கூடாது. சுற்றுச்சூழலையும் காற்று மண்டலத்தையும் ரசாயன வாயுக்களால் மாசுபடுவதை தடுக்க வேண்டும்.

உலக வெப்பம் தடுக்க அதிக மரங்கள் வளர்க்கப்பட வேண்டும் கடலைக் குப்பைத்தொட்டி ஆக்காமலும், மரங்களை வெட்டி பூமியை, தண்ணீரை அசுத்த படுத்தாமலும், ஆகாயத்தை ஒலிக்கற்றைகளை அனுப்பி அழிக்காமலும். மலையை வெட்டி சுரங்கங்களை தோண்டா மலும், கனிம வளங்களை சுரண்டாமலும், இயற்கையை காப்பாற்றி இயற்கையோடு இயைந்து வாழப் பழக வேண்டும், சுற்றுச்சூழலை பாதுகாத்தால் தான் கொரோனாவையும் கடந்து இனி வரும் நோய்களில் இருந்தும் தப்பித்து வாழ முடியும். மாற்றுச்சுற்றுப்புறச்சூழல் சிந்தனைகளையும் விழிப்புணர்வை ஏற்படுத்துதல்.அறிவியல் தொழில் நுட்பங்கள் வளர்ச்சியின் வழி பாதிக்கப்படும் சுற்றுச்சூழலை

மதிப்பிடுதல்.ஆதிக்க கருவியாகிய அறிவியலை மக்கள் நலன் காக்கும் அறிவியலாக பாமரனும் புரியும்படி வழிவகை செய்தல் காடுகளை அழிப்பதை தடுத்தல், புதிய மரங்களை நடுதல் காற்றை, மண்ணை, நீரை மாசுபடுத்தும் செயல்களைக் குறைத்தல் மனித குலத்திற்கும் இயற்கைக்கும் இடையே இணக்கமான உறவை ஏற்படுத்தும் பண்பாட்டு உத்திகளை உருவாக்குதல்

துணை நின்ற நூல்கள்

1. த.வி.வெங்கடேஷ்வரன், சுற்றுச்சூழல் அரசியல்

பி.சுந்தரராஜன், சுற்றுச்சூழல் சட்டம் தேவை புதிய பார்வை

குணநலப்பேறும் சமுதாய நலனும் – வேதாத்ரி பதிப்பகம் , ஈரோடு 2012

க.குணராசா, சுற்றுச்சுழவியல், வங்கா புத்தகச்சாலை 2006

வழக்குரைஞர் சுந்தரராஜன், சுற்றுச்சூழல் பிரச்சனைகளுக்கு சட்டத் தீர்வுகள் – பூவுலகின் நண்பர்கள் 2019

வேதாத்ரி மகரிஷி – ஞானக்களஞ்சியம் – வேதாத்ரி பதிப்பகம் , ஈரோடு

இயற்கை மருத்துவம் கணினி மையமாகுமா?

ப.கனகவள்ளி
முனைவர் பட்ட பகுதி நேர ஆய்வாளர், அன்னை தொரசா மகளிர் பல்கலைக்கழகம்,
கொடைக்கானல், தமிழ்நாடு, இந்தியா.
முனைவர் தே. ராஜசீலி
நெறியாளர் மற்றும் உதவிப்பேராசிரியர், தமிழ்த்துறை,
ஜெயராஜ் அன்னபாக்கியம் மகளிர் தன்னாட்சிக் கல்லூரி, பெரியக்குளம், தேனி,

முன்னுரை

கணினி வளர்ச்சி என்பது எண்ணி அடங்காது, இருக்கும் இடத்தில் இருந்து உலகை நாம் அருகில் கொண்டு வருவவை. அவற்றை அளத்து சொல்ல முடியாத அதி வேக வளர்ச்சி பெற்றுள்ளன. அதில் சொல் அடங்கதா பல அதிசய செயல்களை செய்ய வல்ல பண்புகளாக இருக்கின்றன. கணினி தொழில்நுட்பம் எவ்வாறு மருத்துவத்தில் பயன்zஉள்ளதாக இருக்கின்றன என்பதை பற்றி இக்கட்டுரையில் விரிவாக காண்போம்.

மருத்துவத்தில் கணினி

கணினி வளர்ச்சியடைத்த அளவில் நாட்டு மருத்துவமும் வளர்ச்சி அடையவேண்டும். என்றால், அதற்கு ஏற்ப நாட்டுமருத்துவர்களும் தங்களது மருந்து கள் பற்றி எடுத்துக்கூற முன்வர வேண்டும். மருத்துவர்கள் கைப்பேசியில் (Phono), காணொளி (Video) யில் மூலமாக தங்களது மருந்து பற்றியும் மருந்துத் தயரிக்கும் முறைக்கும் பற்றி அம்மருந்துக்கள் உண்டாகும் நன்மை பற்றியும் நோய் குணமாகும் விதத்தைப் பற்றியும் காணொளி வழியாக எடுத்துக் கூறுவது இன்றையத் தொழில்நுட்பத்தில் எளிதாக இருக்கின்றது.

இயற்கை மருந்துவ முறைகளை உள்ளப்படி கணினி வழி எடுத்துச் செல்ல காணோலிகள், திறன்பேசிகள் போன்ற எளிய சாதனங்களை கணினி மருத்துவத்துறையாக நாட்டு மாறுவதற்கும் தங்களுடைய பாரம்பரியத்தைத் தக்க வைத்துக் கொள்ளவும் ஏற்ற வழியாக அமைகிறது.

கருது கோள்

இந்த ஆராய்ச்சியில் கொடுக்கப்படும் விவரங்களை அடிப்படையாக் கொண்டு நாட்டு மருத்துவக் கலையை அழிவிலிருந்து பாதுகாக்கவும் நாட்டு மருத்துவ தரவுகளை சேகரிக்கவும் மருத்துவர்களுக்கு எளிமையான கணினிப் பயிற்ச்சியைக் கொடுக்க ஆய்வு மாணவர்கள் மேற்கொண்டு செய்தால் அடிப்படை கணினி அறிவை நாட்டு மருத்துவர்களுக்கு எடுத்துச் செல்லாம். அவ்வாறு ஒரு களப்பணியை மேற்கொள்ளும் மாணவர்கள் கணினி அறிவைப் பற்றிய அனுபவ அறிவை நேரடியாகப் பெற்று தங்களுடைய வேலை வாய்ப்பை பெருக்கிக் கொள்ள முடியும். நாட்டு மருந்து பற்றிய ஆராய்ச்சிக்குத் தேவையான தரவுகளை உருவாக்க இயலும் நாட்டு மருத்துவத்தில் பயன் படுத்தப்படும் மருந்துகளைப் பேணிக்காக்கவும் அரிய மூலிகைகளை பாதுகாத்து வளர்க்கவும் உதவியாக இருக்கும்

கீழே அட்டவணையில் சில நாட்டு மருத்துவர்களும் அவர்களின் மருத்துவ முறைகளும்

வ.எண்	பயெர்கள்	பா லினம்	வயது	ஊர்	த ொழில்	ந ோய்
1.	மா ரியம்மா ள்	பெண்	55	மா லமைடே	மரூத்துவர்	கூழந்த ை இல்லா த தம்பதிகள்
2.	மூ ருகசேஸ்வரி	பெண்	52	திண்டூக்கல்	மரூத்துவர்	த ெக்கம் எடூக்கூம் மூற ை
3.	ராஜலட்சூமி	பெண்	40	மல்லிங்கா பூரம்	மரூத்துவர்	த ெக்கம் எடூக்கூம் மூற ை
4.	வெங்கடேஸ்வரன்	ஆண்	42	சின்னா ளபட்டி	மரூத்துவர்	இயற்க ை கண் ச ெட்டூ மரூந்துவம்
5.	கிரூஷ்ணமூர்த்தி	ஆண்	55	ஷோரி கவண்டன்பட்டி	மரூத்துவர்	எலும்பூ மூறிவ வைத்தியம்
6.	மல்லன்	ஆண்	58	மலேசைிந்தலச்சரேி	விவசாயி	அரிப்பூ, ப ொடூகூ, படர ை ச ொரியா சிஸ்
7	ஈஸ்வரன்	ஆண்	45	கீழசேிந்தலச்சரேி	விவசாயி	அரிப்பூ, ப ொடூகூ, படர ை ச ொரியா சிஸ்
8.	சாமிக்கண்ண	ஆண்	50	சூலப்பூரம்	மரூத்துவர்	அனைத்தூ வக ை மரூந்தூ தரூபவர்
9	ஷா ஜி	பெண்	43	டி மேட்டுப்பட்டி	மரூத்துவர்	பா ம்பூக்கடி மரூத்துவம்
10	மூத்துலட்சூமி	பெண்	39	பண்ணை ப்பூரம்	மரூத்துவர்	ஒற்ற ைத்தலைவலி

விளக்கப்பட்டுள்ளது. இவ்விவரங்களை காணோளியாக்குவதோ, வைத்திய முறையைகளைத் தரவுப் படுத்துவதோ கடினமன்று. எளிதாக நாட்டு மருத்துவம் பற்றியும், நாட்டுமருத்துவர்களைப்பற்றியும் இணையத்திலும் கணினியிலும் ஏற்றலாம். முக்கியமாக எத்தனை வகை மூலிகைகளுக்கு முக்கியத்துவம் கொடுத்து பாதுகாக்க வேண்டும் என்ற விவரத்தையும் அறியலாம். இவ்வட்டவணை, இயற்கை மருத்துவதைப் பற்றிய தரவுகளின் ஒரு மிகச்சிறிய உதாரணம் ஆகும்.

திண்டுக்கல் மாவட்டம் ஆத்தூர் வட்டம், நடுப்பட்டி கிராமத்தில் உள்ள மாலைமேடு என்ற இடத்தில் வசிக்கும் கை வைத்தியர் மாரியம்மாள் என்பவர் குழந்தை இல்லாமல் வாருந்தும் இளம் தம்பதியர்களுக்கு இறைவன் அருள் மூலமாக குழந்தை பாக்கியம் பெறும் தகுதியை உண்டாக்கி வருகின்றார். இவர் கைப்பேசி பயன்படுத்திகின்றர் ஆனால் அவர் செய்யும் சேவை செயல் பற்றி காணொளி வழியாக பயன்படுத்தினால் மருத்துவம் அடுத்த தலைமுறைக்கு எடுத்துச்சென்று இயற்கை வைத்திய முறைகள் அழியாமல் நின்று நிலைத்திருக்கும்.

தொக்கம் எடுக்கும் முறை

தேனி, திண்டுக்கல் அதனை சுற்றியுள்ள உத்தமபாளையம், மல்லிகாபுரம், திண்டுக்கல், பஞ்சம்பட்டி ஆகிய பகுதிகளில் உள்ள மருந்துவர்கள் தொக்கம் எடுக்கின்றனர். தேனி மாவட்டத்தில் உள்ள மல்லிகாபுரத்தில் வசிக்கும் முருகேஸ்வரி பெண். திண்டுக்கல் மாவட்டத்தில் திண்டுக்கலில் வசிக்கும் முருகேஸ்வரி பெண் மருந்துவh; திண்டுக்கல் மாவட்டத்தில் குறைந்தது 85 வருடங்களாக தொக்கம் எடுக்கும் மருந்துவம் செய்து வந்துள்ளனர். தொக்கம் எடுப்பதில் இவர்கள் செய்யும் மருந்துவ முறைகள் ஒரு புதிய வகையில் பிறர் அறியாவண்ணம் காதில் மருந்து ஊற்றுதல் ஆகும். இம் மருத்துவமுறையில்; பக்கவிளைவுகள் எதுவும் ஏற்படுவதுவில்லை. நல்ல பலனை அளிக்கிறது. முழுமையான இயற்கை மருத்துவமாகும் இம்முறையில் பலர் பயன்பெற்றுள்ளனர் என்பதை கணினி மூலமாக மக்களுக்கு வெளிப்படுத்தவதன் வழி பல எவ்வித விளைவுகள் இன்றி மக்கள் பயன் பெறுவர்கள்.

இயற்கை கண் சொட்டு முருத்துவம்

சின்னாளபட்டி அருகில் உள்ள காந்திக்கிராமம் என்ற இடத்தில் முதன் முதலில் அருணச்சலம், ராகேஸ்வரி என்றவர் நாட்டு வைத்திய முறை செய்துள்ளார். அவருக்குப் பிறகு

அவருடைய மகன் சௌடைய ஐயா, ருக்மணி, என்பவருடைய மகன் அ.சு. வெங்கடேஸ்வரரும் அவருடைய குடும்பத்தினரும் மருத்துவ முறைகளைவச் சிறப்பாக இன்று வரையும் பிறருக்கு உதவும் சேவை மனதுடன் செய்துவருகின்றனர்.

இவர்கள் நன்கு படித்தவர் கணினி மற்றும் கைபேசியும் பயன்படுத்துகின்றர். கணினி பயன்படுத்தி தன்னுடைய மருத்துவ முறைகளை வெளியிடாமல் மருத்துவ முறைகனள தனது தலைமுறைக்கு மட்டும் எடுத்துக்கூறி மருத்துவம் செய்கின்றனர்

எலும்பு முறிவு வைத்தியம்

நாட்டுப்புற மக்கள் கையாளும் மருத்துவ முறைகளை நாட்டுப்புற மருத்துவம் ஆகும். இதன் அடிப்படையில் அமைந்தது எலும்பு முறிவு வைத்தியம். தேனி மாவட்டம் உத்தமபாளையம் அருகில் உள்ள பூசாரி கவுண்டன்பட்டியில் 45 வருடங்களாக கி.சுருளியப்பன் என்பவர் எலும்பு முறிவு வைத்தியம் என்ற கை வைத்தியம் செய்து வந்தார். அவர் 2020 யில் இறந்துவிட்டார்.

கி.சுருளியப்பன் ஐயா அவர்கள் பிறகு அவரது தம்பி கிருஷ்ணமூர்த்தி எலும்பு முறிவு வைத்தியத்தை சிறப்பாக செய்து வருகிறார். எங்கள் பகுதியிலுள்ள மக்கள் மட்டுமின்றி மலைப்பகுதியில் கேரளாவில் இருந்து வந்து கட்டுப்போட்டு செல்கின்றனர்.

இனி எலும்பு முறிவு வைத்தியம் என்றால் பூசாரி கவுண்டன்பட்டி என்பது தான் நினைவுக்கு வரும் இம்முறையை கணினி வழியாக எடுத்துக் கூறும்போது இன்னும் பல மடங்கு இயற்கை மருத்துவம் வளர்ச்சி பெறும் என்பதில் சிறிதும் ஐயமில்லை.

தை மருத்துவம்

மேலைசிந்தலைச்சேரியில் தை முதல் நாள் அன்று தோல் சார்ந்த நோய்களுக்கு மூலிகை மருந்தினைப் பல காலமாகக் கொடுத்து வருகின்றனர் அரிப்புஇ பொடுகு, படை சொரியாசிஸ் போன்ற

நோய்களுக்கு ஏற்ற மருந்தாகவும் உள்ளது. அம்மருந்து மூலிகைகள் 131 வகையான மூலிகைகள் மூலனாக உருவாக்கப்பட்டு 501 வகையான நோய்களைப் போக்கக்கூடிய மருந்தாகவும் இருக்கின்றது.

அரிப்பு, பொடுகு, படை சொரியாசிஸ் மருத்துவம்

கீழேலைசிந்தலைச்சேரியில் முதலில் தொட்டக்கவுண்டர், சுருளியண்டிக் கவுண்டர், சுஜா கவுண்டர், இலட்சுமனைக் கவுண்டர் என்பவர்கள் வைத்தியம் செய்துள்ளார். அவருக்குப் பிறகு தொட்டக்கவுண்டர் அவருடைய மகன் சுருளிப்பன், வாசகர், தங்கராஜ் உடன் சுருளியண்டிக் கவுண்டர் அவருடைய மகன் சுருளிராஜ், செல்வக்குமார், சுவி இவர்களுடன் சேர்த்து சுஜா கவுண்டர் மகன்களும் இணைத்து தங்கராஜ், ஆண்டவர், முருகேஸ்சன் என அவர்களுடைய குடும்பத்தினர் என இன்று வரை இம்மருத்துவ முறைகளை சீரும், சிறப்பாக இவர்கள் குடும்பத்தினர் செய்து வருகின்றனர். இப்போது அனைவரையும் ஒன்றுச்சேர்த்து ஈஸ்வரன் என்பவர் தை முதல் நாள் 14.01.2022 அன்று தைத் திருநாள் மருந்துவ மூலிகை நீர் கொடுத்தார்.

ஒற்றைத்தலைவலி

நவீன மருத்துவத்தில் நிவாரண இருந்தாலும் அது தற்காலிகமானதும், பக்கவிளைவுகள் விளைவிக்கக்கூடியதும் ஆகும். இவ்வழி முறையில் தேனி மாவட்டம் கொடைரோடு, மு.கருப்பையா அவர்கள் ஒற்றைத்தலைவலி மருத்துக்கொடுக்கின்றர். கணொளி பயன்படுத்துகின்றனர் ஆனால் கை மருத்துவ முறைகளை கணொளி வழியாக வெளிப்படுத்தினால் வரும் தலைமுறையினருக்கு பக்கவிளைவுகள் இன்றி பயன்படுத்து முறைகளை எடுத்துக் கூறினால் நமது மக்களுக்கு பழமையை உயிர் பெற செய்ய ஒரு சிறந்த வழிமுறையாக இருக்கும்.

நாடித்துடிப்பு

நாடித்துடிப்பு என்றால் நாம் சாதாரணமாக எண்ணுதல் கூடாது. இன்றைய உலகில் எது எடுத்தாலும் அறுவைச் சிகிச்சைதான் உள்ளது. அந்த சிகிச்சை முறையை அளிப்பதுதான் நாடித்துடிப்பு மருத்துவம் ஆகும். எந்தவிதமான விளைவுகள் இன்றி உடலில் என்ன நோய் இருக்கின்றன என்னும் தகவல்களை அறிய நாடித்துடிப்பு வைத்தியம் உதவுகின்றன என தேவாரத்தில் வசிக்கும் மருத்துவர் பழனிச்சாமி அவர்கள் கூறுகின்றர் இச்செய்தியை கணினியில் வெளியிடும்போது நோயற்ற உலகமாக உருவாக்க முடியும் என்பதில் சிறிதும் ஐயமில்லை.

மஞ்சள் காமாலை

நம் உடலில் அவ்வப்போது ஏதாவது நோய் வந்து சென்று கொண்டிருக்கின்றன. மஞ்சள் காமாலை என்பது ஒரு தனிப்பட்ட நோய் அல்ல. ஒரு அறிகுறி நம் உடலில் உள்ள மிகச்சிறந்த ஒரு உறுப்பான கல்லீரலில் சுரக்கின்ற பித்தநீரின் அளவு ரத்தத்தில் அதிகமாகி பித்தப்பை பாதிக்கப்படுவதைத்தான் மஞ்சள் காமாலை உருவாகின்றன என கோம்பையில் வசிக்கும் வைத்தியர் எஸ். வி. கண்ணன் அவர்களும் அவர் குடும்பத்தரும் சீறும் சிறப்பாக மருத்துவம் செய்கின்றர்.

கணினி பயன்பாட்டின் முக்கியத்துவம் (இயற்கை மருத்துவம்)

இயற்கை மருத்துவ முறைகள் கணினி பயன்படு அதிகமாக உள்ளன, எனினும் பழமையான மருத்துவத்தில் உள்ள பல அற்புதமான மருத்துவ முறைகள் இன்னும் வெளிப்படமால் அளித்து வருகின்றன. அவற்றை முழுமையாக அறிந்து கணினியில் பதிவுச்செய்வதன் மூலமாக மருத்துவத்தில் உள்ள சிறப்பான உண்னதமான மூலிகைகளின்சிறப்புகளை அளியமால் பாதுகாத்து நோயின்றி வாழிவகை செய்யும்.

முடிவுரை

கணினி மூலமாக மருத்துவத்தின் சிறப்புகளை எடுத்துக்கூறுவதன் போது பழமையான மருத்துவ முறைகளை மீண்டும் உயிர் பெற செய்யவும் அவை கணிமயமாகவும் வழிவகைச்

செய்கிறது. இயற்கை மருத்துவத்தைப் பேணிப் பாதுகாப்பது,ம் கணினி வழி தரவு படுத்துதலும் இயற்கைச்சூழலை பாதுகாக்கும் ஒரு எளிய வழி.

A Review On The Assistive Technologies For Educating Disabled Students In The Digital Era

V. Vanthana
Department of Computer Applications, The Standard Fireworks Rajaratnam College For Women.
Sivakasi, Tamil Nadu vanthana.310@gmail.com
Mobile: 9585681827

Abstract

In the dominant digital era, education is the significant thing for everybody to survive. It is easy to educate a normal people with no disabilities. But for the disabled people, special attention is required in teaching and learning procedure depending on the type of disabilities they contain. It is the duty of our society to provide a convenient platform for such people to get equal opportunities in education. To support them, there are many assistive devices and technologies available suitable for the available type of inabilities. The objective of this studyis to portray the summarized view on such technologies.

Keywords – assistive technology, speech recognition, disability, online education, inclusive portal.

Introduction

Disability refers to the inability of an individual functioning like physical, Visual, mental and logical impairment. It is a challenging thing to educate such people. But technologyhas created simplicity in educating the disabled learners. For years, differently–abled students have writhed with their assignments or drop out of schools as there is lack of convenience. Thisresults in inadequate and unequal educational opportunities for disabled ones. But the rapid growth of the computer–based technology, has offered a boon to such students.

Many software is arising day to day for disabled students that assists them to gather their knowledge of interest, communicate their own ideas, and the active participation in educational experiences. As an illustration, new assistive computer technologies (AT) for the traditional Braille includes mobility, hearing, and visual aids The arrival of online learning in particular has created greater accessibility for the disabled students. Essentially, new technologies allow students to take benefit of many of the same opportunities for success as other students–turning yesterday's *disabled* students into today's *enabled* students!

Types of disabilities in the classroom

There are many varieties of disabilities among the students. They are as follows,

Physical: Those who are in wheelchair, using prosthetic limbs, having muscular dystrophyor many other conditions are called physically disabled, all of which can face accessibility challenges.

Sensory: Those who have visual impairment, blindness, deafness and hearing illness are called sensory disabled. Such students cannot utilize the traditional classroom teaching materials and tools.

Cognitive: Cognitive disorder students face difficulties with remembrance, self–expression, learning disabilities, etc. Unlike other students, these students can't carry out their academic works.

Psychiatric: Students with psychiatric disability have phobias or behaviour disorders madethem to have lack of concentration and steadiness in their academic work as well as personal life.

Health–related: These disabilities refer to students with enduring diseases such as diabetes,cancer, etc can't attend their regular classes. They can't participate in activities in the traditionalclassroom environment. And they are not able to navigate quickly from building to building for different classes due to their illness.

Assistive Technology (AT)

The revolution happened in the IT sector is the major motive of equal education opportunitiesfor disabled students as they are the foundation of assistive technology. AT refers to the equipment that can be used to improve the functional capabilities of the students withdisabilities. For each type of disability, an assistive technology exists.

Available Technologies for every category of disability:

11) Dragon Naturally Speaking software for Speech recognition

Speech recognition is a human–computer interface technique in the IT field. With the incessant growth of computer information technology, speech recognition will make significant innovations and the explore of speech recognition system will be more in–depth. [1]. There is many Speech–Recognition software available for the students with visual impairment, or with physical limitations that provides them an optional way from typing on a keyboard. The speech–to–text devices (mobile / other electronic gadgets) can be used to performtheir academic tasks like assignments, exams, presentations, etc. Using such software, the disabled students can speak into a microphone, which can then be translated automatically intotyped documents. The most well–known software for this is Dragon Naturally Speaking.

In the Dragon Naturally Speaking software, voice recognition can be done to write word documents, enter data in Excel and to write emails. Once installed, it is most user friendlyas, no training needed. The disabled students here can dictate their sentence and they can be automatically typed. Dictation is ended with simple commands such as full stop, comma, newline and new paragraph. The students can speak with a quiet voice and it is possible to dictate many emails or other documents in open–plan offices.Any desktop or laptop with built–in microphones is adequate for this software. Bluetooth connections are recommended as it can be easy to forget to disconnect the headset when the students get up to walk away from your computer. [2]

Natural Readers software for converting Text–to–Speech:

A text–to–speech in short termed as TTS is used to translate typical linguistic text into speech. It is the best assistive aides for people affected with reading or visual impairment [3]. This kind of technology assists by letting them to hear the text appearing on the system screen.It is an improvement over the traditional Braille because once the software is installed, it can read everything existing on the screen, whatever the content format may be (e.g. .pdf or websitecontent). This allows students to involve themselves in online activities, access online course materials, check email or other social network messages, etc. One of the famous TTS softwareis Natural Readers.

Natural Reader is an affordable and efficient assistive technology tool with diverse applications. Through this software, it is possible to improve the learning capability and the life style of disabled students like the other non–disabled students. Its ease of use, compatibility feature with Microsoft Office programs, and high quality, natural sounding speech make it a tool of choice for learning disabled and visually impaired learners. It has the potential to read out the print based material with good quality and sweet voice. The NeoSpeech TTS with high quality and natural sounding voice is used for reading the content. [4]

Visual Aids:

Visual aids are the most attractive technology which is used in the process of teachingas they facilitate the easy and deep understanding of the concept delivered by the teachers. It is the most active and easy learning method for humans. If a teacher teaches using models or any visual aids rather than black board, the students can easily identify and interpret the concepts. It also inculcates the students to analyse, compare and evaluate the concepts learnt. So visual aid is the most appreciating one as it stimulates all the higher level of Bloom's taxonomy [5].

This aid can be specially used for the students with visual disabilities. For them, there is assistive technology that includes screen magnification software which enlarges portions ofthe screen where the reader directs the mouse. Screen reader software then translates screen text to Braille, or any text-to-speech programs.

Audio Aids:

This is the assisting technology used for the students with hearing disability. It containsnotifying devices that use flashing lights on the computer screen instead of sound. In the phones too, Voice Carry-Over (VCO) technologies can be enabled for the students with hearing

Difficulties. With this they can have the illusion of communicating in the phone with their natural voice.

Physical Aids:

For students with physical mobility many technologies are available to assist them in doing their usual school and college work. There also exists audio books for students who cannot physically carry books and keyboard adapters such as keyguards to prevent mistyping from tremors or loss of control. Also there exists voice recognition software for students who cannot type.

Online education a boon for disabled students

Online Education, though a traditional one has its familiarity during the covid-19 lockdown period. It is well suitable for people of any age category. For the disable students, itis the greatest support. In online education there exists PNP [6] called preferences to students.It allows the students to specify their type of disability in their profile, that makes the teacher to provide the suitable learning material for them.

When a student selects a learning object, the platform will show it in the format appropriate to their accessibility profile [7]. International standardization organizations work to define technical requirements necessary for the successful adaptation of LPs as well as update them continuously following the evolution of technology.

Inclusive Learning Portal for disabled students

The Inclusive Learning Portal is used to support teachers in the process of developing,sharing and delivering accessible LOs that can address the diversity of disabled learner needs and requirements and to provide teacher training opportunities for enhancing teachers' competences on inclusive learning and accessibility principles. The main target of the InclusiveLearning Portal is to create and sustain a network of teachers of people with disabilities, who will be developing and sharing their own accessible LOs used in training organizations around Europe. [8]. Some portal links are http://www.inclusivelearning.ca/ [9], http://epkhas.ses.usm.my/english-main [10], http://www.tes.co.uk/sen-teaching-resources/, http://lalidcrepository.org/, http://www.klascement.be/ [11].

Conclusion

Technology had created a new world for educating disabled students. It breaks the traditional isolated classroom for the disabled one and assists them to mingle themselves withother students. It made them to improve their peer relationships. There are many assistive toolsdiscovered for the welfare of such students. The key feature of contemporary computer-basededucational technology is that it is focused on accessibility and offers almost limitless

flexibility, making it adaptable to all varieties of disability. This endless opportunity is trulywhat education should be all about, for everyone.

References

1. Xinman Zhang, Yurui Peng, "An Overview of Speech Recognition Technology", 4thInternational Conference on Control, Robotics and Cybernetics (CRC), Pages 81 – 85, (2019)

Christine Poulter, "Voice recognition software-Nuance Dragon naturally speaking",Occupational Medicine, Volume 70, Issue 1, January 2020, Pages 75-76, (2020)

Anusha Joshi, Deepa Chabbi , Suman M and Suprita Kulkarni, "Text To Speech SystemFor Kannada Language", IEEE ICCSP 2015 conference, Pages 1901 – 1904

Jacqueline Flood, "NaturalReader: A new generation text reader", DevelopmentalDisabilities Bulletin, 2007, Vol. 35, No. 1 & 2, pp. 44-55

Ghulam Shabiralyani, Khuram Shahzad Hasan, Naqvi Hamad, Nadeem Iqbal, "Impact ofVisual Aids in Enhancing the Learning Process Case Research: District Dera Ghazi Khan",
Journal of Education and Practice, Vol.6, No.19, 2015, pp. 226-234

B. W. Brown and C. E. Liedholm, "Student preferences in using online learning resources," Social Sci. Comput. Rev., vol. 22, no. 4, pp. 479-492, Nov. 2004.

C. Batanero, L. Fernandez-Sanz, A. K. Piironen, J. Holvikivi, J. R. Hilera, S. Oton, and J. Alonso, "Accessible platforms for e-learning: A case study," Comput. Appl. Eng. Educ., vol.25, no. 6, pp. 1018-1037, Nov. 2017, doi: 10.1002/cae.21852

Panagiotis Zervas, Vasilis Kardaras, Demetrios G Sampson, "An Online Educational Portalfor Supporting Open Access to Teaching and Learning of People with Disabilities", 2014 IEEE14th International Conference on Advanced Learning Technologies

L. Nevile, M. Cooper, A. Health, M. Rothberg, and J. Treviranus, "Learner-centred Accessibility for Interoperable Web-based Educational Systems," Proc. of the 14th International World Wide Web Conference (WWW2005), ACM Press, May 2005.

L. L. Wah, "Structural and Pedagogical Design of Learning Objects to Support Special Education Teachers," Global Learn, vol. 2010, no. 1, pp. 3609-3614, May 2010.

B. Pynoo, J. Tondeur, J. van Braak, W. Duyck, B. Sijnave, and P. Duyck, "Assessing teachers' acceptance of educational technologies: Beware for the congruency between user acceptance and actual use,"Proc. of the 19th International Conference on Computers inEducation (ICCE-2011), National Electronics and Computer Technology Center, November 2011.

நவீன கற்பித்தலும் கூகுள் வகுப்பறையும்

திருமதி பெ.ஆனந்தி
தமிழ்த்துறை உதவிப் பேராசிரியர்,
தி ஸ்டாண்டர்டு ஃபயர்ஒர்க்ஸ் இராஜரத்தினம் மகளிர் கல்லூரி,
சிவகாசி.
ananthi–tam@sfrcollege.edu.in
9659664915

---

8 □□ □□□ □Ő□

நாகரீக வளர்ச்சி கல்விச் சூழலையும் பாதித்துள்ளது உண்மை. கற்றல் கற்பித்தல் முறைகளில் ஏற்பட்ட மாற்றம் ஆரோக்கியமான சூழலைத் தரக்கூடியது தானா என்ற ஐயப்பாடு இன்றுவரை நிலவி வருகிறது. தொழில்நுட்ப வளங்கள் ஏராளமாக பெருகி நிற்கும் இன்றைய சூழலில் அதை அடுத்த தலைமுறையிடத்தே எடுத்துச் செல்ல வேண்டியது நம் கடமை. அவ்வகையில் நவீன கற்பித்தல் தொழில் நுட்பங்களுள் முதன்மையானதான கூகுள் நிறுவனத்தார் கல்விக்கென இலவசமாக வழங்குகிற அமைப்பான கூகுள் வகுப்பறை முக்கியமானதாகும். கூகுள் வகுப்பறையினை அறிமுகப்படுத்துவதாகவும் அதில் இடம்பெறும் தொழில்நுட்பங்களையும் அவற்றின் நன்மைகளையும் விளக்குவதாக இந்த ஆய்வுக் கட்டுரை அமையப் பெறுகின்றது.

Abstract

It is true that the development of civilization has also affected the educational environment. Doubts remain that whether the change in learning and teaching methods can provide a healthy environment. In today's environment where technological resources are increasing abundantly, it is our duty to take it to the next generation. In this way, Google Classroom, a free system provided by Google for education, which is the first among modern teaching techniques, is important. This research paper aims to introduce Google Classroom and explain the technologies involved and their benefits.

முன்னுரை

கல்வி கரையில்லாதது. காலம்தோறும் வளர்ச்சி அடைவது. இனிய வாழ்வை அமைத்திட அவசியமான கல்வி தலைமுறை தலைமுறையாய் பல மாறுதல்களை அடைந்திருப்பது நாம் அறிந்த உண்மை. குருகுலக் கல்வி முறை பள்ளிக்கூட கல்வியாக பரிணமித்தது. வகுப்பறையில் அமர்ந்து ஆசிரியரின் வாய்ச்சொல் கேட்டு அறிவைப் பெறல் அடுத்தநிலை வளர்ச்சியாய் இருந்தது. ஆசிரியரையே பார்க்காமல் இருந்த இடத்திலிருந்தே உலகளாவிய கல்வியைப் பெறும் இணையவழிக் கல்வி நாம் இன்றடைந்த வளர்ச்சி. நவீனக் கற்பித்தலில் கூகுள் வகுப்பறையின் அவசியத்தை எடுத்துரைப்பதாக இக்கட்டுரை அமையப் பெறுகின்றது.

நவீன கற்றல் முறைகள்

இருபத்தோராம் நூற்றாண்டில் இருக்கும் நாம் கல்வியின் பரிபூரண வளர்ச்சியை கண்டும் கேட்டும் அனுபவித்தும் வருகிறோம். கொரோனா வைரஸின் தாக்கத்தினால் ஊரடங்கு போடப்பட்ட சூழ்நிலையில் நவீன கற்றல் கற்பித்தல் முறையின் பயன்கள் அனைத்துத் தரப்பு மக்களிடையேயும் பெரும்வியப்பை ஏற்படுத்தியது.

- இணைய ஊடகங்கள் (மின் இதழ்கள், மின்னஞ்சல்,சமூக வலைத்தளங்கள்)
- மைக்ரோசாஃப்ட் நுட்பங்கள் (வேர்டு,பவர்பாயிண்ட்,எக்ஸல்,நோட்பேடு, பப்ளிஸர்)
- இணைய நூலகங்கள் (தமிழ் இணைய கல்விக் கழக நூலகம் (TNVU),தமிழ் இணைய நூலகம் (Tamil Digital Library),சென்னை நூலகம்)
- கற்றல் வலைப்பதிவு தளங்கள் (Blog)
- விக்கி குடும்பம் (விக்கிபீடியா,விக்கிமூலம்,விக்கிநூல்கள்,விக்கி செய்திகள், விக்கி மேற்கோள்)
- இணைய தேடுபொறிகள் (கூகுள் (Google),டக்டக் கோ (Duck duck Go),பிங் (Bing), நாய் தேடல் (Dogpile),யிப்பி (Yippy),கூகுள் ஸ்காலர் (Google Scholar), வெப்போ பீடியா (Webopedia),யாஹூ (Yahoo))

இவை போன்ற பல்வேறு தொழில்நுட்பங்கள் கற்றல்முறையில் பயன்பாட்டில் உள்ளன. மாணவா்களின் கற்றல் திறனை அதிகரிக்கவும் கற்றலோடு தொடர்புடையபிற திறமைகளை வளர்த்திடவும் உதவிடும் இன்னும்பிற நுட்பங்களும் உள்ளன. மாணவா்தம் பாட அறிவோடு தொழில்நுட்ப அறிவும் வளர்ந்திட நவீன தொழில்நுட்பங்கள் வழியிலான கல்விமுறை நல்ல வாய்ப்பாக அமைகின்றது. ஆனால் கற்றல் தொழில்நுட்ப பயன்பாடுகள் முழுமையாக மாணவா்களைச் சென்று சேர்ந்திருக்கிறதா என்பது ஐயமே.

தொழில்நுட்ப கற்பித்தல் சவால்கள்

- தொழில்நுட்பங்கள்வழி கற்றல் கற்பித்தல் என்பவை தவிர்க்க இயலாததாக மாறிவிட்ட இன்றைய சூழலில் மாணவா்களின் கற்றல் மனதும் ஆசிரியர்களின் கற்பித்தல் திறனும் மாறிக் கொண்டே வருவது உண்மை. தொழில்நுட்ப கற்பித்தலில் ஆசிரியர்கள் எதிர்கொள்ளும் சிக்கல்கள் பல.அவையாவன;
- மாணவர்களின் கவனச்சிதறல்
- இணைய இணைப்பின் வேகக்குறை
- பழைய கற்பித்தலிலிருந்து திடீரென மனமாற்றம்
- உளவியல்சார் சிக்கல்கள்
- குடும்ப மற்றும் கற்பித்தல் சூழல்களை ஒரே நேரத்தில் கையாளுவதில் சிக்கல்
- நவீன கற்பித்தல் வசதியைப் பெறுவதில் பொருளாதார நெருக்கடி

- ஒரே நேரத்திலே இணையவழி சிக்கல் (Network Problem) மற்றும் மாணாக்கரின் கருத்து ஒருங்கிணைப்பு (Concentration) சிக்கலை எதிர்கொள்ளுதல்

இவ்வாறாக நவீன கற்பித்தல் முறைகளில் பல்வேறு சவால்கள் இருக்கின்றன. எத்தனை சவால்களைச் சந்தித்த போதிலும் கற்பித்தலின் அடிப்படை இன்பம் மாறுவதில்லை. தொழில்நுட்ப கல்வியின் வளர்ச்சிக்கான முக்கிய காரணம் எளிமையே (Easy Approach) ஆகும் . எளிமையான முறையில் கற்பித்தல் செயலிகள் நிறைய இருந்தாலும் அடிப்படை தொழில்நுட்ப அறிவு பெற்றவா்களும் பயன்படுத்தும் அளவிற்கு மிகவும் எளிமையான முறையில் வடிவமைக்கப்பட்டது கூகுள் வகுப்பறையாகும்.

கூகுள் வகுப்பறை

கூகுள் வகுப்பறை (Google Classroom) எனும் அமைப்பு கூகுள் நிறுவனத்தார் கல்விக்கென வழங்குகிற இலவச தளமாகும். கற்றல் கற்பித்தல் தொழில்நுட்பங்களில் தவிர்க்க இயலாத இடத்தைப் பிடித்துள்ள இக்கூகுள் வகுப்பறை மாணவா்களுக்கும் ஆசிரியர்களுக்கும் வரப்பிரசாதமே. கூகுள் வகுப்பறையில் ஆசிரியர்களும் மாணவா்களும் தங்களது கோப்புகளை (Files) பகிர்ந்து கொள்ள முடியும். மேலும் அன்றாட வீட்டுப் பாடங்கள், பயிற்சிக் கட்டுரைகள் (Assignments) போன்றவற்றையும் பாடத்திட்டம், பாடம் தொடர்பான இணைய வெளியீட்டு பகுதிகள் (Online Reference Link) வீடியோக்கள் போன்றவற்றையும் எளிமையாக பகிர்ந்து கொள்ள முடிகிறது.

கூகுள் வகுப்பறை உருவாக்குதல்

கூகுள் வகுப்பறையை உருவாக்க அடிப்படை ஆசிரியரும் மாணவா்களும் ஜிமெயில் கணக்கு வைத்திருக்க வேண்டும். தங்களது ஜிமெயிலில் வரப்பெறும் கூகுள் ஆப்ஸ்களில் கூகுள் கிளாஸ்ரூம் என்பதைத் தேர்ந்தெடுக்க வேண்டும். அல்லது Https://classroom.google.com/ என்ற இணைய இணைப்பை பயன்படுத்தலாம். அதில் மேல் வலப்புறத்தில் இருக்கும் + குறியைத் தேர்ந்தெடுக்கும் போது அதில் வகுப்பில் இணைய (Join Class) வகுப்பை உருவாக்க (Create Class)

என இரு தெரிவுகள் இருக்கும். பயன்பாட்டாளர் ஆசிரியராக இருந்தால் வகுப்பை உருவாக்கிக் கொள்ளலாம். பயன்பாட்டாளர் மாணவராக இருந்தால் வகுப்பில் இணையலாம். மாணவா்கள் வகுப்பில் இணைய ஆசிரியர்கள் வழங்கிய வகுப்புக் குறியீட்டைப் (Class code) பயன்படுத்தலாம்.

கூகுள் வகுப்பறை நுட்பங்கள்

கூகுள் வகுப்பறையின் அமைப்புகள்(Settiings) பகுதியில் வகுப்பிற்கான பெயர், வகுப்பு பற்றிய சிறு அறிமுகம், எப்பாடத்திற்காக உருவாக்கப்பட்ட வகுப்பு என்பதான தகவல்களைப் பதிவு செய்யலாம். ஆசிரியர் ஒருவர் உருவாக்கிய கூகுள் வகுப்பறை ஸ்டீரிம் (Stream) வகுப்புப்பாடம் (Classwork) மக்கள் (People) மதிப்புகள் (Grades) ஆகிய நான்கு பகுதிகளைக் கொண்டது. இதில் ஸ்டீரிம் பகுதியில் ஆசிரியர்கள் வகுப்பிற்கான வகுப்புக் குறியீட்டைப் (Class code) பெற முடியும். People பகுதியிலும் மாணவா்களை அவரவா் ஜிமெயில் மூலம் வகுப்பில் இணைய அழைக்கலாம். மேலும் இப்பகுதியில் கூகுள் வகுப்பில் இணைய லிங்க் பெறலாம். அந்த லிங்க்கை மாணவா்களுக்கு அனுப்பி வகுப்பில் இணைய அழைக்கலாம். மாணவா்கள் வகுப்பில் இணைந்த பின்பு வகுப்புப்பாடம் (Classwork) பகுதியில் மாணவா்களுக்கான பயிற்சிக் கட்டுரைகள், பாடத்திட்டம், வினாடிவினா, தேர்வு வினாக்கள் போன்றவற்றை உருவாக்க இயலும். அதை மாணவா்களோடு பகிரவும் முடியும். மதிப்புகள் (Grades) பகுதியில் மாணவா்தம் செயல்பாடுகளுக்கான மதிப்பெண்கள் வழங்கலாம்.

□ □□ ε □□ɒɦ ȡɔ ɠ□ ɒɔ □Ő□

கூகுள் வகுப்பறை நவீன கற்பித்தலில் இன்றியமையாத இடத்தினைப் பிடித்திருப்பதற்கு அதன் எளிமையான பயன்பாடுகளே காரணம் எனலாம். அடிப்படை எழுத்தறிவு பெற்றவா்களும் பயன்படுத்தக் கூடிய அளவிற்கு தொழில்நுட்பங்கள் அமையப் பெற்றது. கூகுள் வகுப்பறையிலேயே பாடம் நடத்தி தேர்வுகள் வைத்து மதிப்பெண்களும் வழங்குவதால் இயல்பான வகுப்பறையில் இருப்பதான சூழலைத் தரவல்லது. ஆசிரியர்கள் மாணவா்களுடன் பகிரும் அனைத்து பாடக்குறிப்புகள் மற்றும் மாணவா்கள் ஆசிரியருக்கு அனுப்புகிற பயிற்சிக் கட்டுரைகள், தேர்வு விடைத்தாள்கள் என அனைத்துக் கோப்புகளும் கூகுள் டிரைவில் தனிப்பட்ட ஃபோல்டரில்

சேகரிக்கப்படும் வசதியுள்ளது. இதன்வழி பாடம் தொடாபாக தேவைப்படும் அனைத்து தகவல்களையும் நாம் ஒரே இடத்தில் பார்த்துக் கொள்ள முடிகிறது. மாணவாகளின் பாடம் தொடர்பான செயல்பாடுகள் கண்காணிக்கப்படுவதால் அவாதம் ஒழுங்குநடவடிக்கைகள் பாதிக்கப்படுவதில்லை. மாணவாகள் அவரவர்தம் செல்லிடைபேசியில் கூகுள் வகுப்பறை ஆப் வழி வகுப்பு நடவடிக்கைகளில் ஈடுபடுவதால் மாணவாகளுக்கும் எளிமையானதாக இவ்வகுப்பறை அமைந்துள்ளது கண்கூடு. இணையவழி தொழில்நுட்பம் பற்றிய திறன் அனுபவத்தை வளர்த்துக்கொள்ள மாணவர்கள் மற்றும் ஆசிரியர்களுக்கு இது உதவுகிறது.

தொகுப்புரை

கூகுள் வகுப்பறை இணைய வசதி இருந்தால் மட்டுமே பயன்படுத்தக் கூடியது. அதேபோல மாணவாகளின் கவனச்சிதறல், இணைய இடையூறுகள் என்பது சாதாரண வகுப்புகளை ஒப்பிடும்போது இணைய வகுப்புகளில் அதிகம் எனினும் இன்றைய நவீன கற்பித்தல் முறைகளுள் கூகுள் வகுப்பறையின் தொழில்நுட்பங்களை அனைவரும் எளிமையாக புரிந்து கொள்ள முடிகிறது. அதிகளவில் சிரமப்படாமல் மாணவாகளும் ஆசிரியர்களும் பயன்படுத்திட ஏற்ற முழுவசதிகளோடு கூகுள் வகுப்பறை உள்ளதால் பெரிய அளவில் அனைத்து தரப்பினராலும் விரும்பப்படுகிறது. தொழில்நுட்ப வளங்கள் ஏராளமாக பெருகி நிற்கும் இன்றைய சூழலில் அதை அடுத்த தலைமுறையிடத்தே எடுத்துச் செல்ல வேண்டியது நம் கடமை.

பயன்பாட்டுத் தளங்கள்

1. https://ta.eferrit.com/google-%E0%AE%B5%E0%AE%95%E0%AF%81%E0%AE%AA%E0%AF%8D%E0%AE%AA%E0%AE%B1%E0%AF%88/

http://www.tipsdocs.com/2020/05/blog-post.html

கற்றல் கற்பித்தலில் விரிவுரைப்பிடிப்பு

(Lecture Capture System)

திருமதி.மு.பூங்கோதை,
தமிழ்த்துறை உதவிப்பேராசிரியர்,
எஸ்.எஃப்.ஆர்.மகளிர் கல்லூரி,
சிவகாசி.
7010350017
poonkothai-tam@sfrcollege.edu.in

ஆய்வுச்சுருக்கம்

விரிவுரைப்பிடிப்பு முறையானது பல்வேறு பல்கலைக்கழகங்கள் மற்றும் கல்லூரிகளில் செயல்பட்டுக்கொண்டு வருகின்றது. விரிவுரைப்பிடிப்பு முறையின் நோக்கம், தேவை, கூறுகள், செயல்பாடுகள், ஆசிரியர் மாணவர்கள் சந்திக்கின்ற சிக்கல்கள் போன்றவற்றை அறிய இயலுகின்றது.

ABSTRACT

Lecture capture system is working in various universities and colleges. The purpose, need, components, activities of the lecture capture system and problems faced by teachers and students can be known.

மனிதர்களுக்கு கற்றல் என்பது கருவிலிருந்தே ஆரம்பமாகின்றது. ஆதியில் சைகை மொழியில் உருவான கருத்துப்பரிமாற்றம் தற்காலத்தில் பல்வேறு ஊடகங்களின் பயன்பாட்டினால் அசுர வேகத்தில் மனிதர்களைச் சென்றடைகின்றது. இன்றைய நவீன காலகட்டத்தில் கல்வி மாணக்கர்களுக்கு அங்கை அடக்கமாக செல்பேசியில் அடங்கிவிடுகின்றது. அவ்வகையில் நடைமுறையில் இருக்கின்ற நவீன கற்பித்தல் முறை தான் விரிவுரைப்பிடிப்பு (Lecture Capture System). இவ்வகைக் கற்பித்தல் முறையை கூறுவதாக இவ்ஆய்வு அமைகின்றது.

விரிவுரைப் பிடிப்பு (Lecture Capture) வகுப்பறையின் – நோக்கம் மற்றும் தேவை

விரிவுரைப்பிடிப்பு (Lecture Capture) என்பது வகுப்பறை விரிவுரைகளை வீடியோக்களாகப் பதிவுசெய்து, வகுப்பிற்குப் பிறகு மாணவர்கள் மதிப்பாய்வு செய்வதற்குக் கிடைக்கும். மாணவர்களின் தவற விட்ட வகுப்புகளில் நடத்தப்பட்ட கூறுகளை அறிந்து கொள்ள வேண்டும். தேர்வு நாட்களில் நினைவுபடுத்திக் கொள்ளவதற்கு வகுப்பறையில் வழி கிடைக்கப்பெற்ற காணொளி நல்லதொரு வாய்ப்பாக அமையும் என்ற நோக்கத்தோடு உருவாக்கப்பட்டது.

நல்லதொரு வாய்ப்பு – வகுப்பு நடக்கும் போது மாணவர்களால் இருக்க முடியாவிட்டால், பதிவைப் பார்ப்பதன் மூலம் அவர்களுக்கு நேரம் கிடைக்கும் போது பாடத் தகவல்களைப் பெறுவதற்கு நல்லதொரு வாய்ப்பாக அமைகின்றது.

[illegible] – பின்தங்கியதாக உணரும் அல்லது ஒரு முக்கிய கருத்தைப் புதுப்பித்துக் கொள்ள விரும்பும் மாணவர்கள் தேவைக்கேற்ப தொடர்புடைய பாடங்களை மதிப்பாய்வு செய்யலாம். விரிவுரைப் பதிவுகள் (காணொளி) வரவிருக்கும் தேர்வுகளுக்கான சிறந்த ஆய்வு உதவிகளையும் செய்கின்றன.

[illegible] - தேவைக்கேற்ப விரிவுரை வீடியோக்கள், குறைபாடுகள் அல்லது கற்றல் குறைபாடுகள் உள்ள மாணவர்கள் மற்றும் உடல்நலக் காரணங்களுக்காக வகுப்பிற்கு வரத்தவறியவர்கள் ஆகியோரின் கற்றலுக்கு உதவியாக அமையலாம்.

விரிவுரைப் பிடிப்பு (Lecture Capture) வகுப்பறையின் கூறுகள்

விரிவுரைப் பிடிப்பு வகுப்பறையின் [illegible].

வீடியோ ஆதாரங்கள் (Video Source) – [illegible].

ஆடியோ மூலங்கள் (Audio Source) – [illegible].

வீடியோ குறியாக்கி (video encoder)

பதிவு செய்யும் பயன்பாட்டை இயக்கும் ஒரு பொது–நோக்கு கணினி அல்லது பதிவு மற்றும்/அல்லது ஸ்ட்ரீமிங்கிற்காக உருவாக்கப்பட்ட ஒரு பிரத்யேக சாதனம் ஆகும். வீடியோ குறியாக்கி என்பது விரிவுரை பிடிப்பு தொழில்நுட்பத்தின் மையப் பகுதியாகும். வீடியோ குறியாக்கிகள் இரண்டு வகைகளில் செயல்படுகின்றன.

மென்பொருள் குறியாக்கி (software encoder)

PC அல்லது Mac வன்பொருளில் இயங்கும் வீடியோ பதிவு அல்லது ஸ்ட்ரீமிங்கிற்கான ஒரு பயன்பாடாகும். OBS, Panopto Recorder மற்றும் Kaltura CaptureSpace Recorder ஆகியவை சில எடுத்துக்காட்டுகள்.

ε □ ɤ ʋɟ □ □ □ɖ ȡ ɟ □Ŏȡ(Hardware encoder)

வீடியோ ஸ்ட்ரீமிங் மற்றும் ரெக்கார்டிங்கிற்காக உருவாக்கப்பட்ட ஒரு சாதனமாகும். உள்ளே உள்ள அனைத்து கூறுகளும் பிரத்யேகமாக வடிவமைக்கப்பட்ட அடிப்படை மென்பொருள்.

வீடியோ உள்ளடக்க மேலாண்மை அமைப்பு (CMS)

உள்ளடக்க மேலாண்மை அமைப்பு (CMS) என்பது வீடியோ உள்ளடக்கத்தை சேமிக்கவும், நிர்வகிக்கவும் மற்றும் விநியோகிக்கவும் பயன்படுத்தப்படும் ஒரு வலை போர்டல் ஆகும். நிறைய வீடியோ உள்ளடக்கத்தை உருவாக்கும் பள்ளிகளுக்கு இவற்றில் ஒன்றைப் பயன்படுத்துவது அவசியம். லைவ் ஸ்ட்ரீம் மற்றும் ரெக்கார்டிங் அமர்வு திட்டமிடல், உங்கள் வீடியோ உள்ளடக்கத்தில் மாணவர்கள் எவ்வாறு ஈடுபடுகிறார்கள் என்பதைப் பற்றிய செயல் நுண்ணறிவை வழங்கும் பகுப்பாய்வுக் கருவிகள் மற்றும் டிரிம் மற்றும் சிறுகுறிப்புக்கான வீடியோ எடிட்டர்கள் போன்ற பல அம்சங்கள் அடங்கும். பெரும்பாலான சிஎம்எஸ்கள் தேடக்கூடியவை, பயிற்றுவிப்பாளரின் பேச்சின் துணுக்கில் அல்லது பவர்பாயிண்ட் ஸ்லைடில் உள்ள வரியில் உட்பொதிக்கப்பட்டிருந்தாலும், முக்கிய வார்த்தைகளின் அடிப்படையில் விரிவுரைகளுக்குள் உள்ள தருணங்களை மாணவர்கள் விரைவாகக் கண்டறிய அனுமதிக்கிறது ȧ .Ŏɟ ., Ŏ□ □ɕɟ , ʋɥɑ ɟ □ɥȯ ɟ , □ȯ ɟ , ȍ ʋ □ Ŏɟ □ □, ȧ □ɥŎɟ 360

கற்றல் மேலாண்மை அமைப்பு (LMS)

கற்றல் மேலாண்மை அமைப்பு (LMS) என்பது இணைய அடிப்படையிலான போர்டல் ஆகும், இதில் மாணவர்கள் தாங்கள் சேர்ந்த படிப்புகளுக்கான உள்ளடக்கத்தை அணுகலாம், பணிகளைச் சமர்ப்பிக்கலாம், அவர்களின் தரங்களைப் பார்க்கலாம் மற்றும் பல. LMS ஆனது கல்வி வீடியோ உள்ளடக்கத்தை நிர்வகிப்பதற்கும் வழங்குவதற்குமான கருவிகளை உள்ளடக்கியிருக்கலாம், ஆனால் அவை முதன்மையாக பேராசிரியர்கள் மற்றும் பயிற்றுவிப்பாளர்களுக்கான ஆன்லைன் பாட உள்ளடக்கத்தை (பாடம் ஸ்லைடு தளங்கள், பல தேர்வு வினாடி வினாக்கள் போன்றவை) உருவாக்கி வழங்குவதற்கான தளங்களாகும், மேலும் மாணவர் செயல்திறனை அளவிடுகின்றன. வெறுமனே, உங்கள் வீடியோ தயாரிப்பு மற்றும் தரப்படுத்தல் பணிப்பாய்வுகளை சீரமைக்க உங்கள் வீடியோ CMS மற்றும் LMS ஐ ஒருங்கிணைக்கலாம். எடுத்துக்காட்டாக, சில CMSகள் ஊடாடும் வீடியோக்களில் இருந்து வினாடி வினா மதிப்பெண்களை நேரடியாக மாணவர்களின் LMS கிரேடுபுக்குகளில் அளிக்கலாம். வெவ்வேறு செயல்பாடுகள் இருந்தபோதிலும், பள்ளிகள் பெரும்பாலும் CMS மற்றும் LMS களை ஒன்றாகக் கருதுகின்றனர். இது புரிந்துகொள்ளத்தக்கது: சில சந்தர்ப்பங்களில், CMS மற்றும் LMS க்கு இடையேயான ஒருங்கிணைப்பு, IT குழுவைத் தவிர மற்ற அனைவருக்கும் CMS ஐக் காண முடியாத அளவுக்குச் செம்மைப்படுத்தப்பட்டுள்ளது. உங்களுக்கென ஒரு விரிவுரைப் பிடிப்பு முறையை அமைக்கும் போது அல்லது புதுப்பிக்கும் போது, CMS மற்றும் LMS இரண்டும் வெவ்வேறு பகுதிகளாகும். கற்றல் மேலாண்மை அமைப்பு (LMS) என்பது ஒரு இணைய அடிப்படையிலான போர்டல் ஆகும், அங்கு மாணவர்கள் அவர்கள் படிப்புகளுக்கான உள்ளடக்கத்தை அணுகலாம். LMS ஆனது கல்வி வீடியோ உள்ளடக்கத்தை நிர்வகிப்பதற்கும் வழங்குவதற்குமான கருவிகளை உள்ளடக்கியிருக்கலாம், ஆனால் அவை முதன்மையாக பேராசிரியர்கள் மற்றும் பயிற்றுவிப்பாளர்களுக்கான ஆன்லைன் பாட உள்ளடக்கத்தை (பாடம் ஸ்லைடு தளங்கள், பல தேர்வு வினாடி வினாக்கள் போன்றவை) உருவாக்கி வழங்குவதற்கான தளங்களாகும், மேலும் மாணவர் செயல்திறனை அளவிடுகின்றன.

வீடியோ தயாரிப்பு மற்றும் தரப்படுத்தல் பணிப்பாய்வுகளை சீரமைக்க உங்கள் வீடியோ CMS மற்றும் LMS ஐ ஒருங்கிணைக்கலாம். எடுத்துக்காட்டாக, சில CMSகள் ஊடாடும் வீடியோக்களில் இருந்து வினாடி வினா மதிப்பெண்களை நேரடியாக மாணவர்களின் LMS கிரேடுபுக்குகளில் அளிக்கலாம். வெவ்வேறு செயல்பாடுகள் இருந்தபோதிலும், பள்ளிகள் மற்றும் கல்லூரிகளில் பெரும்பாலும் CMS மற்றும் LMS களை ஒன்றாகக் கருதுகின்றன. இது புரிந்துகொள்ளத்தக்கது: சில சந்தர்ப்பங்களில், CMS மற்றும் LMS க்கு இடையேயான ஒருங்கிணைப்பு, IT குழுவைத் தவிர மற்ற அனைவருக்கும் CMS ஐக் காண முடியாத அளவுக்குச் செம்மைப்படுத்தப்பட்டுள்ளது. விரிவுரைப் பிடிப்பு அமைப்பை அமைக்கும் போது அல்லது புதுப்பிக்கும் போது, CMS மற்றும் LMS இரண்டும் வேறுபட்ட பகுதிகள் என்பதை அறிந்து கொள்ளவேண்டும்.

ε ɠɠ□ɦ ɕ□ɒɠ□□□ (Lecture Capture)□□ɒɦ ɖ –ɤ Ȯɒ □□ɦ ɖ

விரிவுரைப்பிடிப்பு (Lecture Capture) வகுப்பறை தயார் செய்வதற்கு ஆசிரியர் மற்றும் மாணவர்களின் இ–மெயில் முகவரிகள் திரட்டப்படுகின்றது. பின் மாணவர்களுக்கு எடுக்கப்படும் பாடங்களின் அடிப்படையில் எக்ஸ்.எல். துணை கொண்டு நவீன வகுப்பிற்கான அட்டவணை தயாரிக்கப்படுகின்றது. வகுப்பறையில் ஆசிரியர் மற்றும் மாணவர்கள் அனைவரும் காணொலியில் பதிவாகும் வகையில் கேமராக்கள் மற்றும் குரல் பதிவு கருவி பொருத்தப்படுகின்றது. ஆசிரியர்கள் வகுப்பு தொடங்கும் போது தானியங்கியாக கேமரா செயல்பட ஆரம்பித்துவிடும். வீடியோ மற்றும் ஆடியோ ஆதாரங்கள், வீடியோ குறியாக்கி, CMS மற்றும் LMS உள்ளன. வீடியோ மற்றும் ஆடியோ ஆதாரங்கள் வன்பொருள் அல்லது மென்பொருள் அடிப்படையிலானதாக இருந்தாலும், வீடியோ குறியாக்கிக்கு சிக்னல்களை மாற்றும்.குறியாக்கி மூலங்களை டிஜிட்டல் வடிவத்தில் கைப்பற்றி ஒருங்கிணைக்கிறது. வெறுமனே, கணினி தானாகவே CMS இல் விளையும் பதிவுகளை பதிவேற்றும்.CMS விரிவுரை பிடிப்பு உள்ளடக்கத்தை செயலாக்குகிறது மற்றும் சேமிக்கிறது.தேவைக்கேற்ப, LMS ஆனது மாணவர்களுக்கான விரிவுரைப் பதிவுகளை மீண்டும் இயக்க CMS உடன் தொடர்பு கொள்கின்றது. லெக்சர்

கேப்சர் வகுப்பறையில் ஆசிரியர் கற்பித்த முடித்தவுடன் அக்காணொலி ஆசிரியர்களுக்கான இ-மெயில் முகவரிக்கு ஒரு மணி நேர அளவில் வந்தடைகின்றது. பின்பு ஆசிரியர்களால் தொகுக்கப்பெற்று மாணவர்களின் இ-மெயில் முகவரிக்கு சென்றுசேர்கின்றது இவ்வாறு தான் நவீன கற்றல் எல்.சி.எஸ் வகுப்பறை செயல்படுகின்றது.

விரிவுரைப்பிடிப்பு (Lecture Capture) வகுப்பறையில் சவால்கள்

பல்வேறு வகையில் பயனளிக்கக் கூடியதாக விரிவுரைப்பிடிப்பு (Lecture Capture) வகுப்பறை அமைந்தாலும் இம்முறையில் ஆசிரியர்களும் மாணவர்களும் பல்வேறு சவால்களைச் சந்திக்கின்றனர். விரிவுரைப்பிடிப்பு (Lecture Capture) வகுப்பறையானது இயல்பாக மாணவர்களிடம் உரையாடி கற்பிக்கின்ற வகுப்பாக அமையாமால், இயந்திரதனமான வகுப்பறையாக அமைகின்றது. காலம் சிறிதும் பிசகினாலும் சரியான காணொளி மாணவர்களைச் சென்றடைவதில்லை. மின் துண்டிப்பு ஏற்படின் காணொளி பதிவு செய்வதில் சிக்கல்கள் உண்டாகின்றன. மாணவர்கள் ஒரு வகுப்பில் இருந்து விரிவுரைப்பிடிப்பு (Lecture Capture) வகுப்பிற்கு இடம்பெயர்ந்து செல்வதிலும் சிறு சிறு இடர்பாடுகள் தோன்றுவது மாணவர்கள் மத்தியில் ஓர் அசௌகரியத்தை உண்டாக்குகின்றது. விரிவுரைப்பிடிப்பு (Lecture Capture) வகுப்பறையில் கற்பிக்கப்பட்ட பாடத்திற்கான காணொளி அன்றைய தினமே மாணவர்கள் காணும் வசதி இருந்தாலும் அதற்கான முக்கியத்துவததை மாணவர்கள் அளிப்பதில்லை. ஒரு சில மாணவர்கள் மத்தியில் தவறாக பயன்படுத்துவதற்கும் (கேலிக்கைக்காக) இன்றைய நவீன தொழில்நுட்பம் வழி வகுக்கின்றது.

தொகுப்புரை

“பழையன கழிதலும் புதுவன புகுதலும் வழுவல கால வகையினானே" என்ற கூற்றுக்கினங்க காலந்தோறும் கல்வி முறையானது பல்வேறு மாற்றங்களைப் பெற்று வருகின்றது. அவ்வகையில் நவீன கற்றல் கற்பித்தல் முறையில் லெக்சர் கேப்சர் முறையானது பல்வேறு பல்கலைக்கழகங்கள் மற்றும் கல்லூரிகளில் செயல்பட்டுக்கொண்டு வருகின்றது. மாணவர்களின் நலனைக் கருத்தில் கொண்டு உருவாக்கப்பட்ட லெக்சர் கேப்சர் முறையின் நோக்கம், தேவை, செயல்பாடுகள், சிக்கல்கள் போன்றவற்றை இக்கட்டுரையின் வாயிலாக அறிய இயலுகின்றது.

பயன்பட்ட தளங்கள்

1. https://www.epiphan.com/blog/lecture-capture/

https://www.aurora.ac.in/images/pdf/naac/4.3.4-lecture-capturing-system.pdf

https://www.techsmith.com/blog/lecture-capture/

Survey on Technical education

Evanjalin Indira
Assistant Professor, Department of Computer Science
Parvathy's Arts and Science College, Dindigul.

Abstract:

Educational technology is the study and practice of facilitating learning through the creation, use, and management of appropriate technological processes and resources. Educational technology is the application of external hardware and educational principles. Educational technology encompasses various elements such as principles, computer–based training, e–learning and automatic learning using automated technologies, and accordingly educational technology has various unique aspects that bring about the development of intelligence and technology in educational technology.

Introduction:

Technology is the process of implementing plans and specifications through meticulous work using scientific methods and engineering tools. That is to say, it includes the processes used to carry out precise work with scientific methods and engineering machinery. These are fully knowledge–intensive activities in manufacturing processes. Technology is closely related to the fields of science and engineering. Technology is a form of utilization of resources and values. It is found in all human societies. That is, technological ideas were developed by using their knowledge, skills etc. in the early society. These are seen to serve a wide range from early society to modern society. In that way, when looking at the positive effects of technology in the daily life of people, it can be observed that technology has reduced the productivity of people. For example, if we take the agricultural sector, as a result of the Green Revolution, machinery was used and people were able to get more products in less time. Thus, the needs of people can be met immediately. Also, due to the emergence of modernity, people get free from traditional industries and get involved in electronic industries and get high wages. So their standard of living increases. Also the time wastage has been reduced by technological advancement. Such things lead to progress in the society. That is why it is acceptable that technology has a positive impact on people's daily lives. Also, there is a development in social welfare programs due to technological advancements.

In other words, if we take education, e-education is given an important place. That is, information technology related curricula are being implemented. Through this, the situation of carrying computers instead of books is seen. Also information is collected through websites. Various activities like these are being used in education. This enables people to achieve various benefits. These are positive effects of technology. Apart from that, it is also significant that the basic needs of people can be easily met due to technological development. In other words, technologies have been developed to avoid wasting time in the emergency life of humans when it comes to food. This means that fast food is found to be cheap and refreshing. Apart from that, it will be easier for those who live in separate houses. Also, most of the people choose these because it is seen as easy among the hard work. This kind of food technology development has a positive impact on the daily life of people.

Current state of education:

The educational system expects students to memorize material in chronological order. This method tests how well one has memorized the facts already recorded and how well one can repeat them. I don't memorize facts from textbooks. It is noteworthy here that the famous scientist Einstein said that the real purpose of education is to make our minds think. With the passage of time, it has become normal to discover and learn something new, so the size of our textbooks keeps on blowing. Thus there is little opportunity for self-knowledge from the very beginning of education. It is during higher education that the need for application-oriented skills is emphasized.

There has been a positive change in this trend over the last few years. However, it is necessary to train practical skills as part of the annual education system. In today's information technology age we have opportunities to protect all things and information. It can be accessed and used anytime. What we have learned little by little over the years can be stored and used in a single CD. How many years and how much can we get what we can learn in one click? It is the 3 pillars of lecture, laboratory and library that make the application of education complete. However, we are now at an essential time to rapidly transform these into modern technology.

Video conferencing:

Video conferencing, which has replaced live classes, is rarely used today. Multi–media, computers and digital transmission are used more in this. Optical/radio broadband is used extensively for this. The cost of these is also decreasing.

Internet Chatting:

The next modern teaching method tool is student–teacher consultation. They give it as internet chatting. Apart from just text, video and voice media are also used in this. Such education systems ensure not only direct study in a college but all aspects of the classroom.

Virtual Lab:

It is a laboratory method that is simulated with the help of computers. Its use is increasing even where there is a lack of space, suitable personnel and laboratory equipment. The cost is also low. This virtual lab system eliminates the problem of not offering some courses due to the paper–based system followed by the universities.

Modern technology is required. A network system with higher bandwidths is still required for our universities to adopt more of the above–mentioned modern education systems. Only then will high–quality multimedia communications be possible. It is the duty of the government to establish a national level gigabit network for this.

Digital libraries are the same. Digital libraries help you get anything from books, newspapers, music, movies in digital form. This makes it accessible to anyone from anywhere in the world. Accessing a book in a digital library like this costs much less than a cup of coffee. As the use of modern technology continues to increase, the day is not far off when the quality of life in a country is related to the cost of obtaining information in that country.

Realizing this, it is the central government's responsibility to make available technology that can be used more in education.

Conclusion:

Even if not explicitly stated, behaviorism's learning principles continue to be the foundation of career and technical education. Numerous academics and reformers within the field have pushed for adjustments that subtly included constructivist notions. Yes, a lot of the changes As we've seen in recent years, constructivist concepts are implicitly used. However, the transition from behaviourism to constructivism has not yet been formally discussed by academics in the field. The degree to which behaviourist learning theory can accurately define, explain, and forecast the pedagogy needed by vocational and technical education as we enter the new millennium is put to strain by the reform trajectory the profession has taken in recent years. The moment has come for academics in the field to examine the learning theory that underpins career and technical education critically. The learning theory underpinning for the curriculum and pedagogy of vocational and technical education may be determined to be cognitive constructivism rather than behaviourism. If that is the case, a thorough rethinking of how we choose, organise, and present the educational material for workforce preparation in the future may be necessary. Such a reframing may be vitally necessary for the improvements pushed by supporters of initiatives like Tech Prep, School to Work, and High Schools That Work.

References:

1. 1.Steffe, L. P., & Gale, J. (Eds.) (1995). Constructivism in education. Hillsdale, NJ: Erlbaum. Thorndike, E. L. (1932). The fundamentals of learning. New York: Teachers College Press.

2.Vico, G. (1968). The new science (T. G. Bergin & M. H. Fisch, Trans.) (3rd rev. ed.).Ithaca, NY: Cornell University Press. (Original work published 1725)

3.von Glasersfeld, E. (1984). An introduction to radical constructivism. In P. Watzlawick (Ed.), The invented reality (pp. 17–40). New York: Norton.

4.von Glasersfeld, E. (1995). A constructivist approach to teaching. In L. P. Steffe & J. Gale, Constructivism in education (pp. 3–16). Hillsdale, NJ: Erlbaum.

5.von Glasersfeld, E. (1996). Introduction: Aspects of constructivism. In Fosnot, C. T. (Ed.), Constructivism: Theory, perspective, and practice (pp. 3–7). New York: Teachers College Press.

A Survey Of Current Research Trends On The Use Of Machine Learning In Education

Mr.M.Sulthan Alavudeen1.,
Assistant Professor.,
Department of Computer Science.
,Parvathy's Arts and Science College.
Mr.N.Ashok Kumar
.,Assistant Professor
.Department of Computer Science.,
Nagarathinam Angalammal Arts and Science College.

Abstract

Today, one of the most promising application areas in the realm of information technology where it can be used is machine learning (ML). The major topic of our study is the application of machine learning in the field of education, which is currently of great interest to scientists and academics. This paper's objective is to assess the applications and uses for machine learning in the field of education. In order to categorise them in the context of education, to ascertain the current trends of applying machine learning in education, and to ascertain its current and future uses, this work discovers and analyses pertinent literature, research papers, and articles.

Keywords: dropouts, intelligent tutors, machine learning, deep learning, digital education, literature review, and performance prediction

1.Introduction

Machine learning (ML) and deep learning (DL), both components of artificial intelligence (AI), are seen as game-changers in a variety of fields and sectors, including telecommunications, building and construction, transportation, healthcare, manufacturing, advertising, and education. Higher education will increasingly rely on AI as it enables students to customise their approaches to learning challenges based on their own distinct experiences and preferences. To maximise learning, AI-based digital learning systems can adjust to each student's prior knowledge, rate of learning, and intended learning outcomes.

Additionally, it has the capacity to examine students' prior academic performance in order to pinpoint their areas of weakness and recommend the courses that will improve their individualised learning experience. The usage of AI can also speed up ordinary administrative work, freeing up faculty in higher education to devote more time to research and teaching.

The COVID-19 pandemic's arrival has expedited the adoption of digitization in higher education. The transition to digital media for instruction was mandated for all institutions of higher learning. Therefore, this new paradigm shift and its implications for the post-COVID-19 period are being discussed in educational institutions, even by students. In terms of enhancing teaching and facilitating future digital education, AI can create new opportunities for the field of digital education.

Educator's Survey

AI educators were encouraged to take part in an online poll.We asked for information on the type of school where our colleagues teach, the requirements and learning objectives for their AI course, as well as the main topics addressed, in order to get detailed insight. Additionally, we solicited feedback on topics that should be taught as well as reasons why certain subjects should not be included.

Primary Objectives

There are numerous similarities, yet there are also some clear distinctions. Systems engineering is recommended as a key learning outcome by practitioners based on their definition of AI and feedback on learning outcomes. We did not notice this in the data provided by the educators. Instead, the category of games and puzzles dominates the educators' survey results.While it may be desirable for practitioners that we expose our students to problems that have a significant systems engineering component, "toy problems" like puzzles and games are a good way for educators to give a brief introduction to basic AI topics, especially to students who typically have only one or two years of software development experience. Another difference has to do with how AI tools and methodologies might be seen from different angles. Although it is a crucial ability for practitioners, educators don't seem to go into great detail about it. Instead, teachers appear to adopt a wider viewpoint, concentrating on philosophical, ethical, and historical themes.

4. Application of machine learning in the field of education

Artificial intelligence can be thought of as containing machine learning (AI). Fundamentally, machine learning is the process of giving a machine or model access to data and allowing it to learn on its own. Arthur Samuel had the wonderful concept in 1959 that we could let computers learn on their own instead of forcing us to educate them. His hypothesis gave rise to the phrase "machine learning," which has since come to define the capacity for computers to learn on their own.

Natural language processing: Google Translate is built using a collection of machine learning algorithms, which continuously improve the service in response to user input such as new words and syntax. Natural language processing is used by Siri, Alexa, Cortana, and most recently Google Assistant to synthesise speech and recognise speech, enabling them to comprehend or pronounce words they have never heard before.

Systems of recommendations: Everything that is recommended to you on Netflix, Amazon, Google, and other websites depends on your search history. These sites provide suggestions for various platforms, gadgets, and applications. Our online experiences are greatly enhanced by machines that match buyers with sellers and their goods, as well as viewers with digital material. Amazon has machine learning algorithms in place that allow it to forecast what you'll buy and when you'll buy it with a high degree of precision. Even "anticipatory shipping," a technique that delivers a product to the closest warehouse so you can order and receive your item on the same day, is patented by the corporation (although it is unclear whether they have implemented it yet).

Trading using algorithms: The process of algorithmic trading involves a number of variables, unpredictable behaviour, and constantly changing data. While financiers cannot predict all of that behaviour, machine learning algorithms can – and they respond to changes in the market much faster than a human.

Using machine learning to prevent student dropouts

The use of survival analysis modelling to assess student retention was created for use in the field of education. Ameri et al. (2016) created a framework for survival analysis with the goal of identifying students who are at risk by applying the Cox proportional hazards model (Cox) and time-dependent Cox (TD-Cox). Using a dataset of students enrolled at Wayne State University (WSU) from 2002 to 2009, this method utilises time-varying characteristics to produce a more accurate forecast of student dropout. Undoubtedly, in a survival study, the individuals are often tracked over a set amount of time, with the focus being on the moment the relevant event happens.

A method based on Artificial Neural Networks (ANN) called a deep neural network (DNN) has numerous hidden layers in between the input and output layers. A compact graph-based representation of joint probability distributions is provided by the Probabilistic Graphical Model (PGM), which combines probability theory and graph theory and takes advantage of the conditional independences between the random variables . DNNs may represent complex non-linear interactions similarly to shallow ANNs.On the issue of student dropout, many deep learning architectures, including Recurrent Neural Networks (RNN) and other probabilistic graphical models, including Hidden Markov Models (HMM), have been used.

Unresolved Issues for Future Research

In earlier sections, we gave an overview of machine learning approaches to the problem of student dropouts, stressing their shortcomings. However hard past researchers have worked, there are still some issues that need to be resolved. Most algorithms have been found to have been created and tested in developed nations using already–existing datasets produced in wealthy nations. In addition, Moodle and MOOC are two of the most popular systems that provide open datasets for use in solving the student dropout issue.

The dearth of publicly available datasets from developing nations necessitated the creation of additional datasets from various geographic locations. This can entail transferring student registration data from a paper–based method to electronic storage if they are making academic progress. However, in order to accommodate the process, expenses and time must be made. Additionally, as far as academics are aware, not many studies have been carried out in poor nations. The value of machine learning algorithms in predicting dropout in the context of developing countries with the addition of characteristics that apply in the situation must thus be explored further.

.Conclusion

A review of machine learning methods for dealing with the student dropout issue is provided. The study comes to a number of conclusions. First, while a number of methods have been suggested for tackling student dropout in affluent nations, there is a dearth of research on the application of machine learning to this issue in developing nations. Second, many academics have chosen to disregard the problem of data imbalance despite significant efforts to use machine learning in education. This makes it easier to evaluate algorithm performance using inaccurate measurements. Third, rather of incorporating ranking and forecasting systems to address the issue of student dropout, many studies concentrate on early prediction. Finally, in order to develop the suggested solutions to this problem, school level datasets must be taken into consideration.

References:

1. 1.Chai, K. E., & Gibson, D. (2015). Predicting the Risk of Attrition for Undergraduate Students with Time Based Modelling. International Association for Development of the Information Society. [16] Jia, J. W., & Mareboyana, M. (2014).

2.Predictive models for undergraduate student retention using machine learning algorithms. In Transactions on Engineering Technologies (pp. 315-329). Springer, Dordrecht. [17] Anand, V. K., Rahiman, S. A., George, E. B., & Huda, A. S. (2018, March).

3.Recursive clustering technique for students' performance evaluation in programming courses. In Majan International Conference (MIC), 2018 (pp. 1- 5). IEEE. [18] Alam, M. M., Mohiuddin, K., Das, A. K., Islam, M. K., Kaonain, M. S., & Ali, M. H. (2018, March).

4.A Reduced feature based neural network approach to classify the category of students. In Proceedings of the 2nd International Conference on Innovation in Artificial Intelligence (pp. 28-32). ACM. [19] Ciolacu, M., Tehrani, A. F., Beer, R., & Popp, H. (2017, October).

5.Education 4.0-Fostering student's performance with machine learning methods. In Design and Technology in Electronic Packaging (SIITME), 2017 IEEE 23rd International Symposium for (pp. 438-443). IEEE. [20] Vaculík, K., Popelínsky, L., Mrákova, E., & Jurco, J. (2013, October).

6.Tutoring and automatic evaluation of logic proofs. In European Conference on e-Learning (p. 495). Academic Conferences International Limited. [21] Celar, S., Stojkic, Z., Seremet, Z., Marusic, Z., & Zelenika, D. (2015).

7.Classification of Test Documents Based on Handwritten Student ID's Characteristics. Annals of DAAAM and Proceedings of DAAAM Symposium. 2014. ISBN 978-3-901509-99-5., 782-790.

கணினித் தமிழில் செயற்கை நுண்ணறிவு மற்றும் உயிரளவை பாதுகாப்பு அமைப்பு – ஒரு பார்வை

முனைவர். மு. தீபமலர்,
துறைத்தலைவர், கணினித்துறை,
பார்வதீஸ் கலை அறிவியல் கல்லூரி, திண்டுக்கல்

முகவுரை

சங்கம் வைத்து வளர்த்த தமிழ் இன்று அறிவியல் தமிழாய் மிளிர்ந்து, கணினித் தமிழாய் நம் கண் முன்னே கோலோச்சி நி;ற்கின்றது. கணினித் துறையின் சிறப்பு அம்சங்களான செயற்கை நுண்ணறிவு, உயிரளவை பாதுகாப்பு அமைப்பு, மின்னனு பண பரிவர்த்தனைமற்றும் அலைபேசி மென்பொருள் உருவாக்கம் போன்றவற்றை தமிழில் ஆய்வுக் கட்டுரைகளாக வெளியிடு;ம் போது கணினித் தமிழின் பெருமை உலகி;;ற்கு புலப்படும். அதற்கான முயற்சியே உயிரளவை பாதுகாப்பு அமைப்பு மற்றும் செயற்கை நுண்ணறிவைத் தமிழி;ல் ஒரு சிறு ஆய்வுக் கட்டுரையாக உங்கள் முன் சமர்;ப்பிக்கின்றேன். இந்த ஆய்வினில் செயற்கை நுண்ணறிவினைப் பயன்படுத்தி ஒரு எந்திரன் எவ்வாறு செயல்படுகின்றது மற்றும் செயற்கை நுண்ணறிவின் பயன்பாடுகள் ஆகியவற்றினை கணினித் தமிழில் விளக்கி தமிழின் மேன்மையை உணர்த்துகின்றேன். மேலும் உயிரளவைப் பாதுகாப்பு அமைப்பின் பயன்பாடுகள், பல்வேறு வகையான உயிரளவைகள், உயிரளவை பாதுகாப்பு அமைப்பின் செயல்பாடுகள் மற்றும் பணபரிவர்த்தனையில் உயிரளவையின் பங்கு போன்றவற்றினை கணினித் தமிழில் ஆய்வு செய்து இங்கு சமர்ப்பித்துள்ளேன்.

செயற்கை நுண்ணறிவு

செயற்கை நுண்ணறிவு என்பது மனிதனை விடச் சிறப்பாக சிந்தித்து செயலாற்றும் கணினியை வடிவமைக்க முயலும் கணினி அறிவியலின் ஒரு பிரிவாகும்.

கணினியின் சிறப்பியல்புகள்

- 1. அதிவேகமாகக் கணிக்கும் திறன்
- 2. அதிக அளவிலான தகவல்களை சேமிக்கும் திறன் மற்றும் அவற்றைக் கையாளும் திறன்
- 3. தொடர் நிகழ்வுகளை செயலாற்றும் திறன்.

மனிதனின் சிறப்பியல்புகள்

- 1. சிந்திக்கும் திறன்
- 2. சூழ்நிலைக் கேற்ப செயலாற்றும் திறன்
- 3. சிக்கலான மற்றும் முரண்பாடான தகவல்களை உணரும் திறன்
- 4. பல்வேறு நிகழ்வுகளுக்கு இடையேயுள்ள ஒற்றுமை மற்றும் வேற்றுமைகளை அறியும் திறன்.

மேற்கூறிய கணினியின் சிறப்பியல்புகளோடு மனிதனின் சிறப்பியல்புகளுக்கு ஆதாரமான நுண்ணறிவினையும் இணைக்கும் போது சிந்திக்கும் திறனுடைய கணினியை உருவாக்கலாம்

சிந்திக்கும் திறனுடைய கணினியை பல்வேறு துறைகளில் மனிதனுக்கு உதவியாகப் பயன்படுத்தலாம். சிந்திக்கும் திறனுடைய கணினியை வடிவமைக்க முயலும். குணினி அறிவியலின் ஒரு பகுதியே செயற்கை நுண்ணறிவு ஆகும்.

செயற்கை நுண்ணறிவு பற்றிய சில வரையறைகள்

1. " மனிதனின் அறிவுப்பூர்வமான செயல்பாடுகளைப் போன்று செயலாற்றும் நுண்ணறிவு கொண்ட கணினியை வடிவமைக்கும், கணினி அறிவியலின் ஒரு பகுதியே செயற்கை நுண்ணறிவு ஆகும்."
2. "சிக்கலை குறிப்பிட்ட நெறிமுறையின்றி குறியீடுகளைக் கொண்டு தீர்வு காண்பதற்குரிய வழிமுறைகளைப் பற்றி ஆராயும் கணினி அறிவியலின் ஒரு பிரிவே செயற்கை நுண்ணறிவு ஆகும்"
3. " செயற்கை நுண்ணறிவு என்பது ஒரு எந்திரம் எவ்வளவு அறிவுத் திறனுடன் இருக்க முடியும் என்பதை விளக்கும் கணினி அறிவியலின் ஒரு பிரிவு. பகுத்தறிதல், கற்றல் போன்ற மனித அறிவுத்திறனோடு தொடர்புடைய செயல்களைச் செய்யும் கருவி ஒன்றின் திறனோடு தொடர்புடையது" .
4. " கணினியில் ஆய்வறிவினை எண்களாக அல்லாமல் குறியீடுகளாக உருவகப்படுத்தி பட்டறிவு சார்ந்த முறையினில் தகவல்களை வகை செய்யும் கணினி அறிவியலின் ஒரு வழியே செயற்கை நுண்ணறிவு எனப்படும்."

வடிவ அடையாளப் பொருத்த முறையினில் தகவமைவுகள், தகவமைவுகள் நிகழ்வுகள் அல்லது செய்முறைகள் இவற்றிற்கு இடையிலான உறவினை அவற்றின் தனிச் சிறப்பான குணங்கள், தருக்கமுறை மற்றும் கணக்கிடல் ஒப்பீடுகளைக் கொண்டு கையாளும் கணினி அறிவியலின் ஒரு பிரிவே செயற்கை நுண்ணறிவு ஆகும்".

செயற்கை நுண்ணறிவின் பயன்பாடுகள்

செயற்கை நுண்ணறிவின் பயன்பாடுகளைக் கீழ்க் கண்டவாறு வகைப்படுத்தலாம்.

1. **முறைசார் பணிகள்**

- விளையாட்டு
- தேற்ற நிரூபணம்

2. **உலகியல் பணிகள்**

- சூழலை அறியும் திறன்
- இயன்மொழி உணர்தல்
- எந்திரனை கட்டுபடுத்தும் திறன்
- பொது உணர்வின் காரணம் அறிதல்

3. **வல்லுநர் பணிகள்**

- பொறியியல் பணிகள்
- அறிவியல் ஆராய்ச்சி
- மருத்தவ துறையில் நோய்களைஅறிதல்

மேற்கூறிய செயற்கை நுண்ணறிவின் பயன்பாடுகளில் சிலவற்றை விரிவாகக் காண்போம்.

முறைசார் பணிகள் – தேற்ற நிரூபணம்

ஒரு குறிப்பிட்ட தேற்றத்திற்கான நிரூபணத்தைத் தேடவதை நிலைநாட்டத் தேடும் ஆணைத் தொடர் விளைவுகள் ஏற்படுவதைக் கண்டறிகின்றது. பிறகு சிறப்பான விளைவுகள் தேர்ந்தறியப்படுகின்றன. தானியங்கி அணுகுமுறைகளாக நிலைநாட்டல், தேடல் மற்றும் விளைவுகளைத் தேடல் ஆகியவற்றைக் கூறலாம்.

மருத்துவத் துறைகளில் நோய்களை அறியவும் மற்றும் பெருமளவ தகவல்களில் தேடல் மற்றும் தேர்வு செய்யப்பட்ட தகவல்களை கிடைக்கச் செய்தல் போன்ற செயல்களில் செயற்கை நுண்ணறிவின் தேற்ற நிரூபணம் பயன்படுகின்றது.

முறைசார் பணிகள் – விளையாட்டு

புல வகையான புகழ் பெற்ற பொழுதுபோக்கு விளையாட்டுகளை விளையாட கணினியைப் பயன்படுத்தலாம். கணினிகளில் பலதரப்பட்ட விளையாட்டுகளை ஆடுவதற்கு ஆணைத்தொடர் அமைத்து பொழுதுபோக்கிற்காகப் பயன்படுத்துவதற்கு செயற்கை நுண்ணறிவைப் பயன்படுத்தலாம். டிக் – டாக் – டோ, பேக் – மேன், பிரேக் – அவுட், ஸ்டார் ரைடர்ஸ், ஸ்பேஸ் வார், பிளாக் ஜாக், ஹேங் மேன், செஸ், செசர்ஸ், போன்ற பல விளையாட்டுகளை ஆட கணினி பயன்படுத்தப்படுகிறது.

உலகியல் பணிகள் – இயல்மொழி உணர்த்தல்

மனிதர்கள் தங்களுக்கிடையே பல்வேறு மொழிகள் மூலம் கருத்தினைப் பரிமாறிக் கொள்கின்றனர். ஒரு கணினியுடன் மனிதர்கள் இத்தகைய மொழிகள் மூலம் கருத்தினைப் பரிமாற இயலாது. ஏனெனில் மனிதர்களைப் போன்று கணினிக்கு மொழிகளை உணர்ந்து அதற்கேற்ப சிந்தித்து செயல்பட இயலாது. ஆனால் அவ்வாறு மொழிகளை கணினி உணர்ந்து செயல்பட வழிவகுக்கலாம்.

கணினி அறிவியலில் இயல்மொழி என்பது ஆங்கிலம் போன்ற மொழியில் ஆணைத் தொடர்களை உருவாக்க அனுமதிக்கும் மொழி. இயல்மொழி ஆணைகளை உணர்ந்து செயல்பட கணினிகளை வலியுறுத்துவது இயல்மொழி உணர்தல் இது செயற்கை நுண்ணறவின் ஒரு பயன்பாடாகும்.

ஒரு கணினியை இயல்மொழியில் உள்ள செய்தியினை, சூழ்நிலை சார்ந்த அறிவுத்திறனைக் கொண்டு செய்தியின் பொருளை அனுமானத்தின் மூலம் உணரும் திறனுடனும் அதற்கேற்ப செயல்படும் திறனுடனும் உருவாக்க, செயற்கை நுண்ணறிவு பயன்படுகின்றது.

உலகியல் பணிகள் – சூழலை அறியும் திறன்

சூழலை அறியும் திறன் என்பது மனிதர்களைப் போல சுற்றுச் சூழலில் உள்ள காட்சிகளைப் பார்க்கவும். வார்த்தைகள் மற்றும் இதர சப்தங்களைக் கேட்கவும், அவற்றை உணர்ந்து செயல்படவும் கணினிகளை வலியுறுத்துவது ஆகும். சூழலை அறியும் திறன் செயற்கை நுண்ணறிவின் ஒரு பயன்பாடாகும்.

ஒளி, ஒலி சமிக்ஞைகளை கணினிக்கு உள்ளீடாகக் கொடுப்பதற்கு அதற்கான ஒளி,ஒலி உணர்விகளை கணினியுடன் இணைக்க வேண்டும். ஒளி,ஒலி சமிக்ஞைகளை உணர்ந்துஅதற்கேற்ப செயல்பட கணினிக்கு சூழலில் உள்ள பொருட்களைப் பற்றிய நுண்ணறிவினையும் சப்தங்களைப் பற்றிய நுண்ணறிவினையும் வழங்க வேண்டும்.

உலகியல் பணிகள் – எந்திரனைக் கட்டுப்படுத்தும் திறன்

எந்திரன் என்பது கணினியின் கட்டுப்பாட்டில் இயங்கும் சாதனம். இது உட்பாடு, குறியீடுகள், சுற்றுச்சூழல் நிலைமைகள் போன்றவற்றை உணர்ந்தறிந்து முடிவுகளை எடுக்கும் சாதனங்களைக் கொண்டிருக்கும். இதனைக் கட்டுப்படுத்துவதற்கான வழிகாட்டுச் செயல்முறை செயற்கை நுண்ணறிவின் ஒரு பயன்பாடாகும்.

மனிதர்களுக்கு ஆபத்தை விளைவிக்கும் சுரங்கம், இரசாயனத் தொழிற்சாலை பொன்றவற்றில் பணியாற்ற எந்திரன்களை உபயோகிக்கலாம். இத்தகைய பணிகளில் எந்திரனின் செயல்பாடுகளைக் கட்டுபடுத்த, அந்தச் செயல்பாடுகளைப் பற்றிய உண்மைகள், மதிப்பீடுகள், நடைமுறைகள், சிக்கல் தீர்வுக்கான வழிமுறைகள் போன்றவற்றை அதன் அறிவுத்தளத்தில் சேமிக்க வேண்டும். அந்த அறிவை ஆதாரமாகக் கொண்டு எந்திரன் செயல்பட அதற்கான வழிகாட்டுச் செயல் முறையினை, எந்திரன் கட்டுப்பாட்டு மொழியில் எழுத வேண்டும். ரோபோலான் என்பது ஒரு எந்திரன் கட்டுப்பாட்டு மொழியாகும்.

இவ்வாறு செயற்கை நுண்ணறிவைப் பற்றியும், அதன் பயன்பாடுகள் பற்றியும் மற்றும் அதனைப் பல்வேறு துறைகளில் செயல்படுத்தும் முறைகளைப் பற்றியும் நாம் தெளிவாகத் தெரிந்து கொண்டோமேயானால், கணினியை புதிய தொழில் நுட்பத்தோடும், சிந்திக்கும் திறனோடும் வடிவமைத்து பல பதிய சாதனைகளை பல்வேறு துறைகளில் படைக்கலாம்.

உயிரளவை பாதுகாப்பு அமைப்பு

பாதுகாப்பு அமைப்பு

கணினி அறிவியலில் பாதுகாப்பு அமைப்பு என்பது கணினியிலுள்ள ஆதாரங்களை மற்றும் தகவல்களை அனுமதியின்றி மொசடியாக அழிக்கும் வகையில் நம்பகமற்ற பயனாளர் செயலாற்றுவதில் இருந்து தடுக்கும் ஒரு வழிமுறையாகும்.

கணினியின் பல்வேறு பயன்பாடுகளுக்கு பாதுகாப்பு அமைப்பு மிகவும் முக்கியத்துவம் வாய்ந்ததாகும். ஊதராணமாக வணிகம் சார்ந்த பயன்பாடுகளில் மின்னணுலகில் வணிகம் தன்னியக்கப் பணப்பொறுப்பு எந்திரம் பணப்பொறுப்பு அட்டை பருப்பொருள் பாதுகாப்பு போன்ற நிதி மற்றும் பொருளதாரம் சார்ந்த பயன்பாடுகளுக்கு அதிகபட்ட பாதுகாப்பு தேவைப்படுகின்றது.

தற்பொழுது பயனாளரின் பெயர், அனுமதிச் சொல் மற்றும் தனியாள் அடையாள எண் போன்றவை கணினியில் பாதுகாப்பு அமைப்பிற்காகப் பயன்படுத்தப்படுகின்றன. பணப்பொறுப்பு அட்டை தொலைந்து விடுவதற்கும், திருடப்படுவதற்கும் வாய்ப்புகள் உள்ளன. அனுமதிச் சொல் மற்றும் தனியாள் அடையாள எண் போன்றவை பயனாளரால் மறக்கப்படுவதற்கும். மற்றவரால் ஊகிக்கப்படுவதற்கும் நிறைய வாய்ப்புகள் உள்ளன. எனவே பொருளதாரம் சார்ந்த கணினி; பயன்பாடுகளுக்கு ஒரு பதிய பாதுகாப்பு அமைப்பு தேவையாகின்றது.

ஒரு அதிகபட்சமான பாதுகாப்பினை கணினியின் ஆதாரங்களுக்கும், தகவல்களுக்கும் மற்றும் மின்னணு நிதிமாற்றலுக்கும் வழங்குவதற்கு அறிமுகப்படுத்தப்பட்டது உயிரளவை பாதுகாப்பு அமைப்பு ஆகும். உயிரளவை)

உயிரளவை என்பது சில பாதுகாப்பு முறைகள் மற்றும் தடய அறிவியல் ஆராய்ச்சிகளுக்காக மனிதனின் தனித்தனி உடல் அமைப்புகளை அளக்கும் அறிவியல் ஆகும். இந்த உயிரயவையானது ஒவ்வொரு தனிப்பட்ட பயனாளருக்கும், தனி அடையாளக் குறியீடாகப் பாதுகாப்பு அமைப்பில் பயன்படுத்தப்படுகின்றது.

உயிரளவை பாதுகாப்பு அமைப்பு

உயிரளவை பாதுகாப்பு அமைப்பு என்பது தனி நாபின் உடல் அமைப்பு மற்றும் பழக்க வழக்கங்கள் இவற்றால் ஏற்படும் குணங்களை அளவீடுகளாகக் கொண்டு தன்னிச்சையாக, ஒரு நம்பகமான பயனாளரை அடையாளம் கண்டு, அவருக்கு மட்டும் குறிப்பிட்ட சேவை அல்லது தகவல்களைப் பெற அனுமதிக்கும் கணினிப் பாதுகாப்பு முறையாகும்.

உயிரளவையின் வகைகள்

உயிரளவையானது இரண்டு வகைப்படும்.

- 1. உடல் அமைப்பு சார்ந்த உயிரளவை
- 2. படிக்க வழக்கங்கள் சார்ந்த உயிரளவை
- கீழ்க்கண்ட உயிரளவைகளை பாதுகாப்பு அமைப்பினில் பயன்படுத்தலாம்.
- 1. விரல்ரேகைப் பதிவு
- 2. கைரேகைப் பதிவு
- 3. முக அமைப்பு
- 4. குரல் பதிவு
- 5. கையொப்பம்
- 6. கைகள் மற்றும் விரல்களின் நரம்பு அமைப்பு

இவற்றுள் ரேகைப் பதிவுகள், முக அமைப்பு, குரல் பதிவு, கையொப்பம் ஆகிய உயிரளவைகளைப் பயன்படுத்தும் பாதுகாப்பு முறையினை ஏமாற்றுவதற்கான (குசயனரடநவெ ழுறநசயவழைளெ)சாத்தியக் கூறுகள் உள்ளன. கைகள் மற்றும் விரல்களின் நரம்ப அமைப்புகள் சிறந்த பாதுகாப்பு உயிரளவைகளாகக் கருதப்படுகின்றன. ஏனெனில் ஒவ்வொரு மனிதருக்கும், இரட்டையர்களுக்கும் கூட நரம்பு அமைப்பு வேறுபட்டவையாகும். முனித வளர்ச்சியின் போதும் நரம்பின் அமைப்பு மாறுபடாது. நரம்பு அமைப்பானது உடலின் உள்கட்டமைப்பிற்குள் உள்ள உயிரளவையாகும். மேலும் நரம்பு அமைப்பின் புகைப்படம் மூலமாகவோ, வேறு முறைகளிலோ பாதுகாப்பு அமைப்பினை ஏமாற்றுவதற்கான சாத்தியக் கூறுகள் இல்லை. எனவே அதிகபட்ச பாதுகாப்புத் தேவைப்படும் பயன்பாடுகளில் கைகள் மற்றும் விரல்களின் நரம்பு அமைப்பினை ஆதாரமாகக் கொண்டு செயல்படும் உயிரளவை பாதுகாப்பு அமைப்பினைப் பயன்படுத்தலாம்.

நரம்பு அமைப்பு அடையாளப் பாதுகாப்பு அமைப்பு

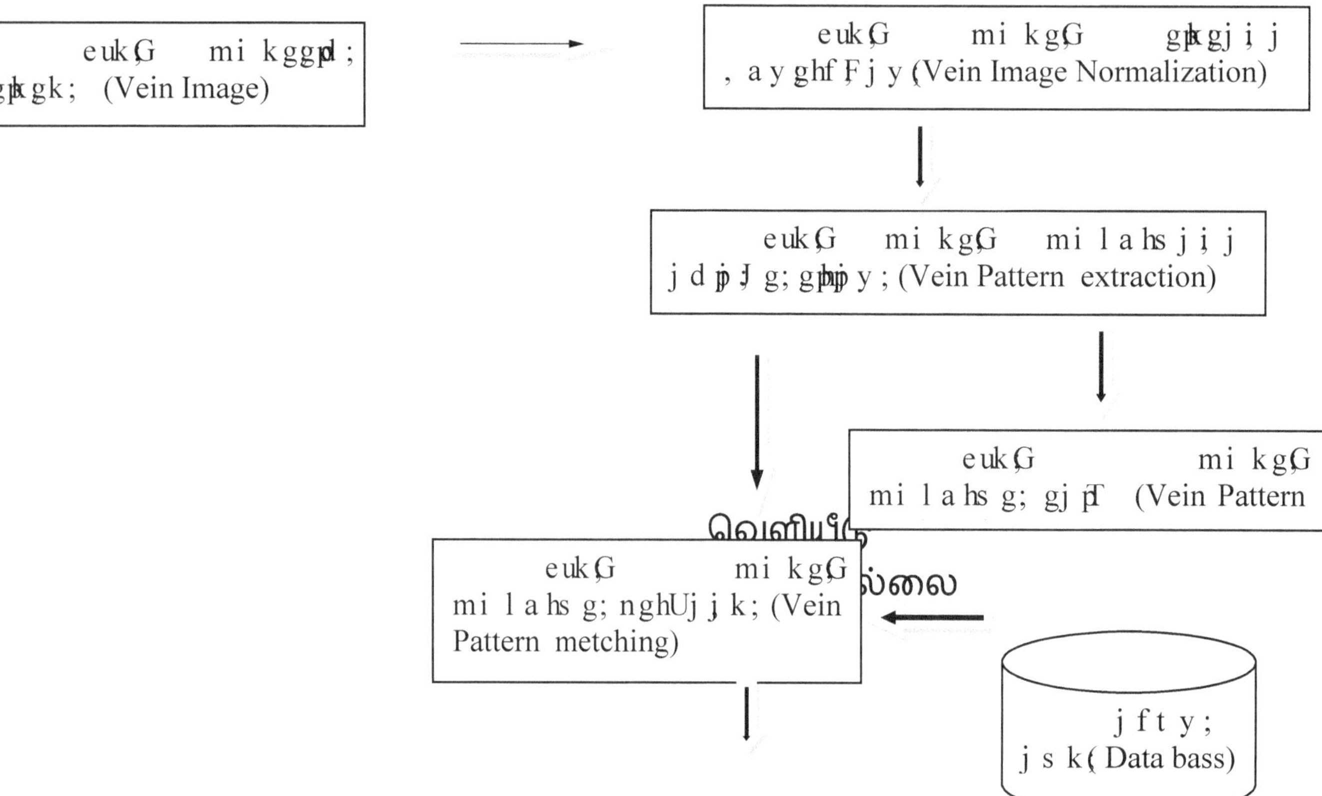

நரம்பு அமைப்பு அடையாளப் பாதுகாப்பின் செயல்முறைகள்

- 1. நரம்பு அமைப்பு பிம்பத்தினை உள்ளீட்டுச் சாதனத்தின் வழியாகப் பெற வேண்டும்.
- 2. நரம்பு அமைப்பு பிம்பத்தை இயல்பாக்குதல் : உள்ளீடாகப் பெற்ற நரம்பு அமைப்பு பிம்பத்தில் காணப்படும் விருப்பத்தகாத குறியீடுகளை குறைத்து, பிம்பத்தினைத் தெளிவாக்க வேண்டும்
- 3. நரம்பு அமைப்பு அடையாளத்தைத் தனித்துப் பிரித்தல்: இயல்பாக்கப்பட்ட நரம்பு அமைப்பு பிம்பத்தின் இருந்து நரம்பின் அமைப்பு அடையாளத்தினை மட்டும் தனியே பிரித்தெடுக்க வேண்டும். அதற்குப் பல்வேறு நெறிமுறைகள் உள்ளன. உதாரணமாக மார்ஃபாலஜிகல் நெறிமுறை.
- 4. நரம்பு அமைப்பு அடையாளத்தினைத் தகவல் தளத்தில் பதிவு செய்ய வேண்டும்.
- 5. அனுமதி வேண்டும் பயனாளரை நம்பகமான பயனாளரா என தீர்மானிக்க, அவரின் நரம்பு அமைப்பு அடையாளத்தினை முன்னரே தகவல் தளத்தில் பதிவு செய்யப்பட்ட நரம்பு அமைப்பு அடையாளத்துடன் ஒப்பீடு செய்ய வேண்டும். ஒப்பீட்டு முடிவினை இவ்விரண்டு நரம்பு அடையாள அமைப்புகளும் ஒன்றாக இருந்தால் அந்தப் பயனாளரை ஒரு நம்பகமான பயனாளர் என தீர்மானித்து அவர் வேண்டும் தகவல் அல்லது சேவையைப் பெற அனுமதிக்க வேண்டும். இல்லையெனில் அவர் நம்பகமற்ற பயனாளர் எனத் தீர்மானித்து அவரை நிராகரிக்க வேண்டும். மேற்கூறிய நெறிமுறைப் படி நரம்பு அமைப்பு அடையாளப் பாதுகாப்பு அமைப்பில் ஒரு நம்பகமான பயனாளரை அடையாளம் கண்டு, அவருக்கு மட்டும் அவர் வேண்டும் சேவைகளையோ அல்லது தகவல்களையோ வழங்கும் வழிமுறை ஆகும்.

உயிரளவை பாதுகாப்பு அமைப்பில், கைகள் மற்றும் விரல்களின் நரம்பு அமைப்பினை ஆதாரமாகக் கொண்டு பாதுகாப்பு வழிமுறைகளைச் செயல்படுத்தும் நரம்பு அமைப்பு அடையாளப் பாதுகாப்பு அமைப்பானது ஜப்பானில் பல்வேறு வங்கிகளில் நம்பகமான பயனாளரை அறிந்து அவர்களுக்கு தன்னியக்கப் பணப் பொறுப்பு எந்திரம் மற்றும் பணப் பொறுப்பு அட்டை போன்ற சேவைகளைப் பாதுகாப்பான முறையில் வழங்கப்படுகின்றது. மேலும் நரம்பு அமைப்பு அடையாளப் பாதுகாப்பு அமைப்பினை அதிகபட்ச பாதுகாப்பு தேவைப்படும் இராணுவம், மருத்துவம் போன்ற பல்வேறு துறைகளிலும் பயன்படுத்தி பாதுகாப்பினை கணினியின் ஆதாரங்களுக்கும் தகவல்களுக்கும் வழங்கலாம்.

முடிவுரை :

தமிழின் வளர்ச்சிப் பாதையில், அறிவியல் மற்றும் கணினித் துறையின் பங்களிப்பு வளர வேண்டுமாயின் கணினிக் கலைச் சொற்களையும் கணினித் துறையின் பாடங்களைத் தமிழிழும் உருவாக்கத் திட்டமிட்டு, நம் தாய் மொழியாம் தமிழ் மொழியை மென்மேலும் வளர்க்க வேண்டும். தமிழிழும் மென் பொருள் மற்றும் கைபேசி செயலிகளையும் உருவாக்கி கணினித் தமிழை வளர்க்க வேண்டும்.

Google forms in modern education

Ms.R.Murugeswari,
Assistant Professor,
Department of Information Technology,
The Standard Fireworks Rajaratnam College for Women, Sivakasi.
murugeswari-it@sfrcollege.edu.in
9500713327.

Abstract

Nowadays the physical classroom learning is not applicable for the current generations. Internet and distance learning which is generally known as online education. It plays a big role in the current education system. Online education provides lots of benefits to young learners. Nevertheless, there are also many negative implications from online education. Limited collaborative learning, increase in time and effort are the several negative implications from online education. In this way, Google Forms is a web–based app used to create forms for data collection purposes. Students and teachers can use Google Forms to make surveys, quizzes, or event registration sheets. Teachers can easily conduct tests for their students using this tool–after all the students have taken the test, the teacher can take the test attempting ALL the questions with correct answers. Use Google Forms to collect any amount of data for a wide variety of purposes. It may be to assess knowledge prior to beginning a unit, plan a field trip, collect contact information, whip up a quick poll, collect email addresses for a newsletter, and more. Teachers can use forms for a variety of productivity tasks. Teachers can collaborate with their co–workers at the same time to build surveys in working with their teams or departments. Forms can be used for lesson planning, professional development planning or surveys, and assessment forms.

Introduction

Google Forms is tool that comes free with Google account. It is used to create forms for data collection purposes. Students and teachers can use Google Forms to make surveys, quizzes, or event registration sheets. The form is web-based and can be shared with respondents by sending a link, emailing a message, or embedding it into a web page or blog post. The collected data are stored in a Google Spreadsheet. Although there are other online survey apps, Google Forms is an excellent free option. People answer questions from almost any web browser - including mobile Smartphone and Tablet browsers. To view each response in a single row of a spreadsheet, with each question shown in a column.

Build First Google Form

To use Google Forms to share their ideas, reflections or experiences. The simplest way to start building a form is right from the Google Forms app. Go to docs.google.com/forms, then either choose a template or start a blank form. And also use Google Forms in multiple ways. There's also a link to Google Forms in Docs, Sheets, and Slides: click **File** > **New** > **Form** to start a new blank form. Or, in Google Sheets, click **Tools** > **Create a**

Form to start a blank new form that's automatically linked to that spreadsheet. To start a form, and the form responses will automatically be saved there without any extra clicks.

After opening the form the center of the screen will cover by the blank form, with space for a title and description followed by form fields. Click a form field to edit it and add a question. Use the dropdown box next to the field to choose the field type, such as multiple choice, checkboxes, short answer, and so on.

Google Forms offers several settings options. On the top-right menu, you can change the form's color scheme, preview the form, use the *Send* button to share the form, and access other extra options, including installing add-ons for Forms. Switch from the *Questions* tab to the *Responses* tab in your form editor to see current responses to your form and link it to a spreadsheet.

Google Forms field options

Google Forms includes 12 field types: nine question types, along with text, photo, and video fields. Just click the **+** icon in the right sidebar to add a new question, or click the text, photo, or video icons to add media to form.

Each field includes a button to duplicate the field, for a simple way to add similar questions. There's also a delete button, options to make the field required, and a menu with extra options on the right side. To switch question types at any time. And, to quickly fill in questions in fields, just press enter to start adding another one.

- **Title and description**: The fields are added automatically to every form and field.
- **Short answer**: This field is perfect for asking for small bits of text.
- **Paragraph**: This is a field for text long-form text and also short form text.
- **Multiple choice**: The default field for new questions in a Google Form, the multiple choice option lets you list options and have users select one.
- **Checkboxes**: Similar to multiple choice, this field lets you list answers and have users select as many as they want.
- **Dropdown**: This is useful for keeping your form compact when there are many answer options.

- **Linear scale**: This field select a number in a range, so can set a scale from 0 or 1 to 2–10 with labels for the lowest and highest options.
- **Multiple choice grid**: This is perhaps the most confusing field, as the fields are displayed in a list.
- **Checkbox grid:** To select multiple answer options (columns) for each row in a table.
- **Date**: To select a date and month.
- **Time**: To request a length of time in hours, minutes, and seconds.
- **Image**: To upload an image, insert one from a link or Google Drive, or take a photo from your own webcam.
- **Video**: Google Forms only supports YouTube videos, which you can add either through search or with a link.

Build a Quiz

Another way to make an interactive form is with Google Forms' Quiz mode. In the form settings, find a *Quizzes* tab. Select **Make this a quiz**, and then choose whether to show the results immediately after the form is submitted or later once review the answers. This form will need to require respondents to sign in with their Google account. With that enabled, new *Answer Key* button on the bottom left of each question. Click it, and then select the correct answer for the question. Optionally add answer feedback both for correct and incorrect answers, with a link for respondents to view more.

Create a Personalized Google Forms

There are many way to design a form. It can include an image for the header, pick a theme color, and select a background color. It can also choose different font styles, from basic to decorative, formal, or playful. By default, new forms come in purple, while template forms often include an image. Click the color palette icon in the top right to tweak your design, if only a little. It can choose from 15 colors, each a darker color for the header with a complementary background shade.

Click the photo icon to select a photo or Google Doodle-style drawing from Google's library as your form's header photo. Or select one of your photos from Google Drive or upload a new one and crop it to fit in as a form header. Forms will then automatically select a background color that matches your photo. Some of the included header images are animated GIFs with burning candles, moving balls, and more.

Store Google form responses in a spreadsheet

Once form has created do anything extra to store respondents' answers in Google Forms. By default, it'll save each answer in the *Responses* tab, showing summary graphs and lists of answers. An individual response view shows the live form along with the results from each respondent.That's great for quick form results, but for more tools to analyze answers, you can link your form to a Google Sheets spreadsheet. Just click the green Sheets icon in the *Responses* tab or click **Select response destination** in the menu, then create a new spreadsheet or select an existing one to store the answers. Google Forms always keeps a full copy of all your form data. Just open your Form response settings and unlink it from your spreadsheet, or click **Form > Unlink form** inside your spreadsheet. Then reconnect the form to your spreadsheet, and Google Forms will add all the form data back to a new sheet.

Google Forms sharing settings

- ✓ **Presentation** - Once your form is finished, to check the form settings before sharing. Click **Settings**, scroll down, and select **Presentation**, where you can add a confirmation page to your form. This works the same as the form description field with no formatting but support for links. You can also choose whether to show a progress bar, shuffle question order, and show links to submit another response.
- ✓ **Responses** - Click **Responses**, where users submit another response, edit their responses, or see a summary of all responses. It can also choose to collect email addresses, share the form either only inside your organization or publicly with anyone who has the link. There are also options to collect their username (their Google Workspace email address) or only allow one response (which requires respondents to log in to their Google account).

Once the form has been created, the next step is sending the form. Just click the **Send** button in the top–right to share the form via email or social networks, copy a link to the form, or get an embed code to add it to your site. With the link, you can either copy a full–length link or get a shortened goo.gl/forms/ link to share more easily on social networks. The embed option includes width and height options to fit the form within the site's design.

Advantages of Using Google Forms

- It is a free online tool that allows you to collect information easily and efficiently.
- To start using this tool, only need a Google account, the same one you need to access Gmail, YouTube or Google Drive.
- The user interface is very easy to use. Any user with an average Internet knowledge can create forms using this tool.
- The What-You-See-Is-What-You-Get interface makes it easy to drag and drop form elements and organize them based on actions or events.
- Google Forms allowed the use of text and images to create surveys.
- Google Forms allowed the customization of surveys.
- Google forms stores the feedback received so we can analyze it in detail.
- The forms are integrated with Google spreadsheets therefore we can access to a spreadsheet view of the collected data.
- The general configuration of forms allows to collect the recipient's email address and limit the answers.
- To send the form by email, integrate it into our website or send the link via social networks or any other means.
- With this tool, to get unlimited questions and answers at no cost, while other survey tools require a payment depending on the number of questions and recipients.
- **Disadvantages of using Google forms**
- It is necessary to have internet to be able to use this tool.
- The design customization is very limited. Advanced users can change the design to use the tool with a greater number of purposes.
- There are some security concerns.

Conclusion

Teachers can use forms for a variety of productivity tasks. Teachers can collaborate with their co-workers at the same time to build surveys in working with their teams or departments. Forms can be used for lesson planning, professional development planning or surveys, and assessment forms. In addition, Forms can be used for gathering student test results to determine areas of need in making informed decisions for instruction. There are many ways that Google Forms can be used that benefit teaching and learning. Not only can you use Forms to build quizzes and surveys, it can also be used for many classroom tasks, such as managing assignments, collecting student feedback, writing book reviews, and collaborating on group projects.

References

1. https://support.google.com/docs/answer/6281888?hl=en&co=GENIE.Platform%3DDesktop
2. https://behindmytechiewall.wordpress.com/2017/09/10/great-ways-to-use-google-forms-in-the-classroom/
3. https://www.mydatascope.com/blog/en/advantages-and-disadvantages-of-google-for

RELATIONSHIP BETWEEN UTILISATION OF SMARTPHONE FOR LEARNING AND ACHIEVEMENT IN MATHEMATICS OF B.ED. STUDENT-TEACHERS

Dr. F. Deepa,
Assistant Professor, Department of Education and Management,
Tamil University, Thanjavur, Tamil Nadu.
Mobile: 9751215538 ; E-mail : deepa08810@gmail.com

Abstract

Smartphones are now responsible for 60% of Internet connections around the world. It is not surprising that educators have considered using mobile devices such as smartphones in education given their affordable, popular and practical functions The possible influence of mobile devices on higher education and their impact on lifelong learning opportunities is an evolving field of study. Despite the prevalent smartphone usage among tertiary level students, the extent to which this technology has contributed to their academic achievement is still inconclusive. The main objectives of the study were, to find out the level of utilization of smartphone for learning and achievement in Mathematics of B.Ed. student-teachers and to find out whether there is any relationship between utilization of smartphone for learning and achievement in Mathematics of B.Ed. student-teachers. The Normative-survey method was adopted for the study. The sample consisted of 312 student-teacherss. The researcher used Simple Random Sampling Technique for the selection of the sample. Utilization of smartphone for learning scale and Achievement Test in Mathematics were the tools used to collect the data for the study. Mean, Standard Deviation, 't' test and 'F' test were the statistical techniques which were employed to analyze the data. The main findings of the study were, (i) The level of Utilization of smartphone for learning of B.Ed. student-teachers moderate. (ii) The level of achievement in Mathematics of B.Ed. Student-teachers is moderate. (iii) There is a low positive relationship between utilization of smartphone for learning and achievement in Mathematics of B.Ed. student-teachers.

Keywords: utilization, smartphone, learning, achievement and mathematics

Imtroduction

The 21st century has seen technology use becoming an inevitable part of life. Based on a Groupe Speciale Mobile Association (GSMA) (2015) report, half of the world's population has a mobile subscription with smartphone adoption already reaching critical mass in developed markets. Smartphones are now responsible for 60% of Internet connections around the world. This form of technology has advanced with simple call and text messaging functions being replaced with functions such as Internet access, email, camera applications and multimedia services (Lefebvre, 2009). In 2007, the Apple Company launched its first ever smartphone simultaneously marking the impact on education with its learning mobile applications (apps). By May 2013, the number of apps downloaded from the iTunes App Store alone reached 50 billion (Apple Press Info, 2013).

Need and significance of the study

Smartphones are widely used in the digital age. Social network sites, which are becoming indispensable with Web 2.0 technologies, facilitate acceptance of Smartphones by teachers and students. The educational use of Smartphones in and outside of the classroom helps students develop positive attitudes towards subjects. Students' interest and motivation are enhanced by learning through Smartphones. Moreover, the use of Smartphones in the learning environments encourages students to participate in learning activities. Therefore, it can be said that Smartphones may become a necessity for students and educators.

Various technical regulations are proposed for effective learning through Smartphones such as rapid and wireless internet network infrastructure, big screen size and mobile applications in the native language of students, so that students will not be exposed to extraneous cognitive load. There are various researches that mobile learning increased academic achievement (Çelik, 2012; Köse, Koç & Yücesoy, 2013; Oberer & Erkollar, 2013). Ozan (2013) came with a conclusion that mobile learning is more permanent for learning. In addition, using social networks and mobile technologies positively affect students' performance toward courses. Evans (2008) emphasized that mobile learning is more effective and instructive than books, and more supportive in learning. Learning through Smartphones offers benefits such as quick access to information for students, diverse ways of learning, contextual learning, control over own learning, supporting and encouraging learning, increased participation in the course, will to use in the course and positive meaningful differences of achievement, considering the results of the researches.

Review of related studies

Meng-Lin Chen (2022) conducted a study on "The Impact of Mobile Learning on the Effectiveness of English Teaching and Learning-A Meta-Analysis". The results indicate that mobile learning is affording a change in English learning that does not undermine pre-existing models of English language pedagogy.

Ali Mugahed Al-Rahmi, Waleed Mugahed Al-Rahmi, Uthman Alturki, Ahmed Aldraiweesh, Sultan Almutairy and Ahmad Samed Al-Adwan (2021) conducted a study on "Exploring the Factors Affecting Mobile Learning for Sustainability in Higher Education". The data were analyzed using SPSS and Structural Equation Modeling (SEM-Amos). The results of the students' attitudes towards using M-learning and their behavioral intentions to use M-learning show a beneficial impact on the actual use of M-learning as well as the long-term sustainability of M-learning in higher education.

Anupma Sangwan, Anurag Sangwan and Poonam Punia (2020) conducted a study on "Development and Validation of an Attitude Scale towards Online Teaching and Learning for Higher Education Teachers". Psychometric scale analyses have shown that this scale is valid, reliable and thus can be used in the evaluation of teachers 'attitudes towards online teaching and learning.

Rajendra Prasad (2020) conducted a study on "Pre-service Teachers' attitude towards Computer Use". The result revealed that Pre-service Teachers had a positive attitude towards computer use no gender, marital status and subject-methodology differences were found among pre-service teachers in their computer attitude.

Inmaculada García-Martínez, Jose María Fernandez-Batanero, David Cobos Sanchiz and Antonio Luque de la Rosa (2019) conducted a study on "Using Mobile Devices for Improving Learning Outcomes and Teachers' Professionalization". The results point to an improvement in students' learning through M-learning, factors that encourage the use of mobile devices in universities have been identified, and effective mobile applications in improving teaching and learning processes have been presented.

Kadir Demir and Ercan Akpinar (2018) conducted a study on "The effect of mobile learning applications on students' academic achievement and attitudes toward mobile learning" The findings suggest that mobile learning may promote students' academic achievement. Both groups had significantly high attitude scores toward mobile learning. Furthermore, the students appreciated mobile learning as an approach that may significantly increase their motivation.

Ishmirekha Handique Konwar (2017) carried out a study on "Attitude of College Students towards e-Learning with special reference to North Lakhimpur of Lakhimpur District, Assam". The major findings of the present study is the college students have positive attitudes towards e-Learning.

Irina Albastroiu and **Mihai Felea** (2016) conducted a study on "Mobile Learning in Higher Education: A Survey Among the Students of the Bucharest University of Economic Studies". The research shows that students are ready to adopt mobile learning due to their higher ownership of mobile devices and greater familiarity with the use of technology in learning contexts.

The researcher found that no research has been done so-far to find out the level of utilization of smartphone for learning and achievement in Mathematics of B.Ed. student-teachers. Hence the researcher has undertaken the study.

Objectives of the study

The objectives of the study are as follows:

I. To find out the level of utilization of smartphone for learning of B.Ed. student-teachers.
II. To find out the level of achievement in Mathematics of B.Ed. student-teachers.
III. To find out if there is any significant difference in the mean score of the utilization of smartphone for learning and achievement in Mathematics of B.Ed. student-teachers with respect to gender.

IV. To find out if there is any significant difference in the mean score of the utilization of smartphone for learning and achievement in Mathematics of B.Ed. student–teachers with respect to locality of the school.

V. To find out if there is any significant difference in the mean score of the utilization of smartphone for learning and achievement in Mathematics of B.Ed. student–teachers with respect to parents' annual income.

VI. To find out if there is any relationship between utilization of smartphone for learning and achievement in Mathematics of B.Ed. student–teachers,

Hypotheses of the study

The hypotheses of the study are as follows:

- The level of utilization of smartphone for learning of B.Ed. student–teachers is not high.
- The level of achievement in Mathematics of B.Ed. student–teachers is not high.
- There is any significant difference in the mean score of the utilization of smartphone for learning and achievement in Mathematics of B.Ed. student–teachers with respect to gender.
- There is any significant difference in the mean score of the utilization of smartphone for learning and achievement in Mathematics of B.Ed. student–teachers with respect to locality of the school.
- To find out if there is any significant difference in the mean score of the utilization of smartphone for learning and achievement in Mathematics of B.Ed. student–teachers with respect to parents' annual income.
- There is any relationship between utilization of smartphone for learning and achievement in Mathematics of B.Ed. student–teachers.

Scope of the study

This study is primarily concerned about the relationship between utilization of smartphone for learning and achievement in Mathematics of B.Ed. student–teachers This study also composes how much that the utilization of smartphone for learning depends up on the achievement in Mathematics of B.Ed. student–teachers.

Delimitations of the study

- The Delimitations of the study are enumerated below.
- Owing to the constraint of time and money,
- Only B.Ed. student–teachers are taken for the study.
- Only gender, locality of the school and parents' annual income are considered as the sub–variables for the study.
- Only *Nagappattinam District* is included for the study.
- Only some limited variables are assumed for the study.

Method used in the study

Normative–survey method has been used in the present study to collect the data from the B.Ed. student–teachers of Nagappattinam District in Tamilnadu.

Sample and sampling technique

Using Simple Random Sampling, 312 samples has been collected from Colleges of Education in Nagappattinam District for the present study.

Tools used

To test the hypotheses framed, the following tools has been used in the present study.

- Utilization of smartphone for learning scale – constructed and standardized by the researcher.
- Achievement Test in Mathematics (ATM) – constructed and standardized by the researcher.
- The reliability and the validity of the tools are established.

Variables selected for the study

The Utilization of mobile phone for learning is taken as the independent variable for the study. Achievement in Mathematics is taken as the dependent variable for the study. Gender, locality of the school and parents' annual income are taken as the sub–variables of the study.

Statistical techniques used

The statistical techniques employed in the present investigation has been given below:

- Descriptive Analysis (mean and standard deviation)
- Differential Analysis ('t' test and 'F' test)
- Correlation Analysis (Karl Pearson's Product Moment Coefficient of Correlation)

•

Analysis and interpretation of data

Table – 1

Mean score of Utilization of smartphone for learning of B.Ed. student-teachers

Variable	N	Mean	Standard Deviation
Utilization of smartphone for learning	312	124.5568	20.6412

It is inferred from the above table that the mean score of Utilization of smartphone for learning of student-teachers is found to be 124.5568, which is more than 50%, and hence it is concluded that the level of Utilization of smartphone for learning of B.Ed. student-teachers is moderate and thus the hypothesis is accepted.

Table – 2

Mean score of achievement in Mathematics of B.Ed. student-teachers

Variable	N	Mean	Standard Deviation
Achievement in Mathematics	312	32.3677	9.9762

It is inferred from the above table that the mean score of achievement in Mathematics of student-teachers is found to be 32.3677, which is more than 50%, and hence it is concluded that the level of achievement in Mathematics of B.Ed. Student-teachers is moderate and thus the hypothesis is accepted.

Table – 3

Test of significance of difference in the mean score of the Utilization of smartphone for learning and the achievement in Mathematics of B.Ed. student-teachers with respect to gender

Variables	Gender	N	Mean	Standard Deviation	df	't' value	Level of Significance
Utilization of smartphone for learning	Male	160	124.1234	23.8502	310	0.8047	NS
	Female	152	122.1378	19.6223			
Achievement in Mathematics	Male	160	32.5218	9.8957	310	0.2416	NS
	Female	152	32.2611	9.1652			

NS – Not Significant

It is inferred from the above table that the computed value of 't' 0.8047 is less than the critical values of 2.59 and 1.97 at 0.01 and 0.05 levels respectively and hence it is not significant. Consequently, the null hypothesis is not to be rejected and it can be said that there is no significant difference in the mean score of the Utilization of smartphone for learning of B.Ed. Student-teachers with respect to gender.

It is also inferred from the above table that the computed value of 't' 0.2416 is less than the critical values of 2.59 and 1.97 at 0.01 and 0.05 levels respectively and hence it is not significant. Consequently, the null hypothesis is not to be rejected and it can be said that there is no significant difference in the mean score of the achievement in Mathematics of B.Ed. Student-teachers with respect to gender.

Table – 4

Test of significance of difference in the mean score of the Utilization of smartphone for learning and the achievement in Mathematics of B.Ed. student–teachers with respect to locality of the school

Variables	Locality of the school	N	Mean	Standard Deviation	df	't' value	Level of Significance
Utilization of smartphone for learning	Rural	177	122.4396	20.8320	310	0.4706	NS
	Urban	135	121.2879	21.8512			
Achievement in Mathematics	Rural	177	33.2643	10.9874	310	1.4140	NS
	Urban	135	31.6248	9.4571			

NS – Not Significant

It is inferred from the above table that the computed value of 't' 0.4706 is less than the critical values of 2.59 and 1.97 at 0.01 and 0.05 levels respectively and hence it is not significant. Consequently, the null hypothesis is not to be rejected and it can be said that there is no significant difference in the mean score of the Utilization of smartphone for learning of B.Ed. Student–teachers with respect to locality of the school.

It is also inferred from the above table that the computed value of 't' 1.4140 is less than the critical values of 2.59 and 1.97 at 0.01 and 0.05 levels respectively and hence it is not significant. Consequently, the null hypothesis is not to be rejected and it can be said that there is no significant difference in the mean score of the achievement in Mathematics of B.Ed. Student–teachers with respect to locality of the school.

Table –5

Test of significance of difference in the mean score of the Utilization of smartphone for learning and the achievement in Mathematics of B.Ed. student–teachers with respect to parents' Annual Income

Variables	Source of Variation	Sum of Squares	df	Mean Variance of Squares	'F' Value	Level of Significance
Utilization of smartphone for learning	Between groups	1232.426	2	616,213	1.5025	NS
	Within groups	126725.785	309	410.11581		
Achievement in Mathematics	Between groups	47.828	2	23.914	0.2506	NS
	Within groups	29490.781	309	95.43942		

NS – Not Significant

It is inferred from the above table that the computed value of 'F' 1.5025 is less than the critical values of 3.85 and 2.64 at 0.01 and 0.05 levels respectively and hence it is not significant. Consequently, the null hypothesis is not to be rejected and it can be said that there is no significant difference in the mean score of the Utilization of smartphone for learning of B.Ed. Student–teachers with respect to Parents' annual income.

It is also inferred from the above table that the computed value of 'F' 0.2506 is less than the critical values of 3.85 and 2.64 at 0.01 and 0.05 levels respectively and hence it is not significant. Consequently, the null hypothesis is not to be rejected and it can be said that there is no significant difference in the mean score of the achievement in Mathematics of B.Ed. Student–teachers with respect to parents' annual income.

Table – 6
Test of relationship between utilization of smartphone for learning and achievement in Mathematics of B.Ed. student–teachers

Correlation			
		Utilization of smartphone for learning	**Acchievement in Mathematics**
Utilization of smartphone for learning	Pearson Correlation	1	**0.268***
	Sig. (2–tailed)		0.000
	Covariance	97.999	74.988
	N	312	312
Achievement in Mathematics	Pearson Correlation	**0.268***	1
	Sig. (2–tailed)	0.000	
	Covariance	75.938	800.228
	N	312	312

*** – Significant at 0.05 level**

The above table shows that the computed value of 'r'(0.268) is greater than the critical values of 0.148 and 0.113 at 0.01 and 0.05 levels respectively. Hence, it is significant. Consequently, the null hypothesis is to be rejected and it can be said that, there is a relationship between utilization of smartphone for learning and achievement in Mathematics of B.Ed. student–teachers. Even though the value of 'r' is positive, the relationship is low.

EDUCATIONAL IMPLICATIONS OF THE STUDY

The educational implications of the study are as follows

- "Learning through smartphone" system of teaching may be introduced through in-service training program for teachers through DIET, SCERT, NCERT and other autonomous pioneering colleges.
- This method will create innovative and creative ideas among the learners.
- It can play a vital role in adult education and non-formal education.
- Telecommunication and broadcasting, health departments can use this method to develop mass education among illiterates and to make aware of them in all walks of their life.
- It can be easily merged and implemented with e-learning and smart class.

CONCLUSION

Smartphone use is definitely a dominant cultural staple of this generation of university students. They use them during class time, while completing homework and while studying (Smith, Raine, & Zickuhr, 2011; Tindell & Bohlander, 2012). There is a vital need to better understand the mechanisms underlying this behavior. Future studies should focus on ways to facilitate learners' intentional behavior toward using smartphones so that they will develop the capacity to use smartphones to increase learning effectiveness.

BIBLIOGRAPHY

1. Aggarwal, Y.P. (1989). Statistical methods - concepts, application and computation. New Delhi: Sterling Publishers Private Limited.
2. Ali Mugahed Al-Rahmi, Waleed Mugahed Al-Rahmi, Uthman Alturki, Ahmed Aldraiweesh, Sultan Almutairy & Ahmad Samed Al-Adwan. (2021). Exploring the Factors Affecting Mobile Learning for Sustainability in Higher Education. Sustainability 2021, 13, 7893. Retrieved from https://doi.org/10.3390/ su13147893.
3. Antonio Luque de la Rosa. (2019). Using Mobile Devices for Improving Learning Outcomes and Teachers' Professionalization. Sustainability, 1-12. doi:10.3390/su11246917
4. Anupma Sangwan, Anurag Sangwan & Poonam Punia. (2020). Development and Validation of an Attitude Scale towards Online Teaching and Learning for Higher Education Teachers. Association for Educational Communications & Technology 2020. Retrieved from https://doi.org/10.1007/11528-020-00561-w
5. Best, J.W., & Kahn, J.R. (1995). Research in Education. New Delhi: Printice Hall.
6. Inmaculada García-Martínez, Jose María Fernandez-Batanero, David Cobos Sanchiz &
7. Irina Albastroiu & Mihai Felea. (2016). Mobile Learning in Higher Education: A Survey among the Students of The Bucharest University of Economic Studies. Retrieved from https://www.researchgate.net/publication/305650866_Mobile_Learning_in_Higher_Education_A_Survey_Among_the_Students_of_The_Bucharest_University_of_Economic_Studies. doi: 10.12753/2066-026X-16-085.
8. Ishmirekha Handique Konwar. (2017). A Study on Attitude of College Students towards e-Learning with special reference to North Lakhimpur of Lakhimpur District, Assam. International Journal of Information Science and Education, 4(1), 1-9.
9. Kadir Demir & Ercan Akpinar. (2018). The effect of mobile learning applications on students' academic achievement and attitudes toward mobile learning. Malaysian Online Journal of Educational Technology, 6(2), 48-59. Retrieved from http:// dx.doi.org/10.17220/ mojet.2018.04.004
10. Meng-Lin Chen. (2022). The Impact of Mobile Learning on the Effectiveness of English Teaching and Learning-A Meta-Analysis. IEEE Access, 10, 38324-38334.
11. Rajendra Prasad. (2020). Pre-service Teachers' attitude towards Computer Use. Edu tracks, 19(9), 31-38.

(Group activity) 54
(Lecture Method 54
(QUIZ) 54

, E-Learning. 75
,kuudasathukkam 48

Access to learning materials 85
AI in education. 21
An international Tamil Research Journa 96
Anupma Sangwan, 166, 173
Anupma Sangwan, Anurag Sangwan and Poonam Punia 166
AR enabled Distance education 86
AR for virtual equipment. 85
AR technology, 61
Artificial Intelligence 23
Auditory Learning 57
Augmented Reality 60, 61, 82, 83, 84, 86
Augmented reality is 86

chiththirakkavi 48
Compiz-Fusio 108
Current Challenges 35
Cyber crimes 65

DELL 111
depersonalization 23
Design of E- course 72

E-Book / Material 77, 79
E-Course Evaluation 71
Education 4.0 33
Education, 24, 33, 44, 58, 61
EDUCATIONAL RESOURCE 75
E-learning 68
ethical issues 23

Feedback 23

Gamification 45
Google Meet 12, 43
Grading 23

Human disabilities 100

Inmaculada García-Martínez, José María Fernández-Batanero, David Cobos Sanchiz and Antonio Luque de la Rosa (167
Internet Chatting: 143
Introduction 38, 42

Kinesthetic Learning 57

low-cost method 59

mathematics 165
MATHEMATICS 165
Meng-Lin Chen 166, 173
Mobile Edu App, 75

personalization 59
PPT மூலம் கற்றல் 10
Premade markers. 85
Psychometric scale analyses 166

Rajendra Prasad 167, 173

Safer practice through AR. 85
SMART ASSISTANT 75
SMARTPHONE 165
software compute language. 48
Student's modules 78

Talk Back சேவை 106
Technology 9, 21, 22, 30, 33, 42, 58, 59, 60, 61
Tutoring: 23

Universiti Pendidikan Sultan Idris, MALAYSIA வளர்தமிழ் ஆய்விதழ் 96
utilization 44, 142, 165, 167, 168, 172

Virtual Lab: 144

YESABLE 110
YOUTUBE 9, 10, 11, 12, 13, 14
YOUTUBE மூலம் கற்றல் 10

அணுகல் தன்மை 105, 138
அறிவுசார் சொத்துரிமம், 19
அறிவுத்திறன்குறைபாடு 100

ஆய்வு வெளியீடுகள் 95
ஆய்வுக் கட்டுரை 94, 98
ஆவாஸ் ரீடர் 89

இடை-செயல்முறை தொடர்பு மற்றும் பயனர் இடைமுக பண்புகளைவினவுதல் போன்றவை) மற்றும் ஹூக்கிங் நுட்பங்களைப் பயன்படுத்துதல். 105
இணைய ஊடகங்கள் 133
இணைய தளங்கள் 13
இணைய தேடுபொறிகள் 133
8 ĥ Ÿ ɔ ɗ Ȭ Ȭ 30, 133
இணையதளம் 10, 14, 38, 54
இயக்க முறைமையுடன் கூடிய திரை உருப்பெருக்கிகள் 108
இயல்மொழி உணர்த்தல் 154
இயற்கை மருத்துவம் 122, 124, 126

உடலியக்கக்குறைபாடு 100
உணவுத்திட்டம் 57
உயிரளவை பாதுகாப்பு அமைப்பு 152, 156, 157
உலகத்தமிழ்: பன்னாட்டு ஆய்வு காலாண்டு மின்னிதழ் 96

உலகம் வெப்பமயமாதல் 118
உலகியல் பணிகள் 154, 155, 156

ஊஹான் 116

எந்திரனைக் கட்டுப்படுத்தும் திறன் 156
எந்திரன் 152, 156

ஒப்படை வழங்கல் முறை (Assignment methods) 55

ஓசோன் மண்டலம் 115

கணித்தமிழ் வளர்ச்சி 19
கணினி 13, 14, 15, 16, 17, 18, 19, 31, 39, 47, 57, 63, 65, 66
கணினி அறிவியல் 16
கணினி மொழிபெயர்ப்பியல், 19
கணினித் தமிழ் 15, 16, 17
கணினிப் பாடத்திட்டம் 18
கண்டறிதல் முறை (Discovery methods) 55
கலப்பை 63
கலிலியோ டெஸ்ட் ரீடர் 111
கலைச்சொல் அகராதிகள் 16
கலைச்சொல்லாக்கம், 19
கல்வித் தொழில்நுட்பம்9, 54; கல்வி 9
கற்பித்தலுக்கான தொழில் நுட்பங்கள் 53, 65
கற்பித்தல் சவால்கள் 133
கற்றல் முறை 10
கற்றல், கற்பித்தல் 87, 88, 92
காற்று மாசுபடுதல் 114
குழு முறை 54
குறுக்கு நாற்கள் 108
குறுஞ்செயலி உருவாக்கம் 19
குறுஞ்செயலிகள் 10, 12, 14
குறைபார்வைக்கான உபகரணங்கள் 110
□ □□ 12, 106, 132, 133, 134, 135, 136
கூடசதுக்கம், 47
கூடசதுக்கம்: 49

சித்திரக் கவி 48, 50, 52
சித்திரக்கவி 47, 48, 49, 51, 52
சிந்தனைக் கிளறல்-முறை (Brainstorming Method) 55
சுதந்திரப்பள்ளு 63
சுவாமிநாதம் 49, 52
சுற்றுச்சூழல் 112
சுற்றுச்சூழல் கெடுதல் 117
சுற்றுச்சூழல் சீர்கேடு 113
செயல்வழிக் கல்வி 57
செயற்கை நுண்ணறிவு 19, 152, 153, 155
செயற்கை நுண்ணறிவு, 19
சொல்லுறாக் காட்சி 28

டிஸ்லெக்சியா 89, 90

டைலர் பிரேம் 104, 105

தகவல் தொடர்பு 25, 26, 27, 28, 29, 31, 32
தகவல்தொடர்பு 26
தமிழ் மொழி ஆய்வுத் தளங்கள் 96
தனித்த திரை உருப்பெருக்கி தயாரிப்புகள் 110
தன்னாட்சிக் கல்லூரி 17, 122
திரை உருப்பெருக்கி 106
தேசிய நிறுவனம் 88
தேற்ற நிரூபனம் 154
தொடர்வியல் நுட்பக் கழகம் 30
தொலைக்காட்சி வழி கற்றல் 10
தொழில்நுட்ப வழிக் கல்வி 9
தொழில்நுட்பக் கல்வி 13

நரம்பியல் குறைபாடு 100
நவீனத்தொழிற் சாலை 63
நன்னூல் சூத்திரம் 57
நுண்முறைக் கற்பித்தல் (Micro Teaching) 55

பண்பாடு 48, 62, 63, 64, 65, 66, 94
பண்பாட்டு மாற்றங்களில் தொழில்நுட்பங்களின் பங்கு 64

பாடத்திட்டம், 15
பாதுகாப்பு 16, 19, 112, 116, 119, 152, 156, 157, 158, 159
பாரதி பிரெயில் 104
பாரதி புடையெழுத்து 104
பாரதிதாசன் பல்கலைக்கழகத்தில் 16
பாரதியார் 17, 19, 63
பிரிஸ்டல் பிரெய்லி டெக்னாலஜி 105
பிரைலி எழுத்து முறை 91
புரோ பிரெய்லி பிரிண்டர் 110
பென்டிடிகன் சுல்தான் இட்ரிஸ் பல்கலைக்கழகம் 96

மாறனலங்காரம் 48, 49
மாற்றுத் திறனாளிகள் 87, 88, 92
மாற்றுத்திறனாளிகளுக்கான கல்வி 101
முறைசார் பணிகள் - விளையாட்டு 154
முன்வைத்தல் (Presentation) 55
மென்பொருள் உரிமங்கள் 19
மென்பொருள் உருவாக்கம், 19
மேலைநாட்டினர் 66
மைக்ரோசாஃப்ட் நுட்பங்கள் 133
மொழிபெயர்ப்பு சாப்ட்வேர் 111
மொழியியல் 1, 3, 2

லன் குறைபாடு 100
லூயி பிரெயில் 101, 104

வகுப்பறை 132, 134, 135, 136, 137, 140, 141
வலைப்பதிவு 13, 14, 16, 19
விண்டோஸ் 2000 முதல் மைக்ரோசாப்ட் நேரேட்டர் ஸ்கிரீன் ரீட 106
விரிவுரை முறை 54

விழுமியங்கள் 66
விளையாட்டு முறை (Playing methods) 55
வினா விடை முறை 54
வினாவுதல் முறை (Questioning Method) 54
வெண்பாப் பாட்டியல் 49
வெவ்வேறு உருப்பெருக்க முறைகள் . 108
வெளிக் கள ஆய்வு (Field study) 55
வேளாண் 63, 64

ஸ்கிரீன் ரீடர் 105

www.ingramcontent.com/pod-product-compliance
Lightning Source LLC
LaVergne TN
LVHW060821170826
845678LV00010B/1860

* 9 7 9 8 9 8 8 1 6 1 9 9 8 *